Sukkuladi og Smjúga

Bragðgóð Kakanýting

Margrét Jónsdóttir

Innihald

Ferskjukaka

Bakaðu 9"/23 cm köku

100g/4oz/½ bolli smjör eða smjörlíki, mildað

225g/8oz/1 bolli flórsykur (ofurfínn).

3 egg, aðskilin

450 g/1 lb/4 bollar venjulegt hveiti (allur tilgangur)

Klípa af salti

5ml/1 tsk matarsódi (lyftiduft)

120ml/½ bolli mjólk

2/3 bolli/8 oz/225 g ferskjusulta (niðursoðinn)

Blandið saman smjöri eða smjörlíki og sykrinum. Bætið eggjarauðunum smátt og smátt út í og bætið svo hveitinu og salti út í. Blandið matarsódanum saman við mjólkina, blandið því svo saman við kökublönduna og síðan hlaupinu. Þeytið soðnu eggjahvíturnar út í og blandið þeim svo saman við blönduna. Hellið í tvö smurð og klædd 9cm/23cm form og bakið í forhituðum ofni við 180°C/350°F/hitastilli 4 í 25 mínútur þar til þær eru vel blásnar og fjaðrandi viðkomu.

Appelsínu marsala kaka

Bakaðu 9"/23 cm köku

175 g/6 oz/1 bolli rúsínur (gylltar rúsínur)

120 ml / 4 fl oz / ½ bolli Marsala

6 oz/¾ bolli/175 g smjör eða smjörlíki, mildað

100g/4oz/½ bolli sætur púðursykur

225g/8oz/1 bolli flórsykur (ofurfínn).

3 egg, létt þeytt

fínt rifinn börkur af 1 appelsínu

5ml/1 tsk appelsínublómavatn

275 g/10 oz/2½ bollar venjulegt hveiti (allur tilgangur)

10 ml/2 tsk matarsódi (lyftiduft)

Klípa af salti

13 fl oz / 1½ bollar súrmjólk

Appelsínulíkjör gljáa

Leggið rúsínur í bleyti í Marsala yfir nótt.

Blandið smjöri eða smjörlíki og sykrinum saman þar til þau eru orðin ljós og ljós. Bætið eggjunum út í smátt og smátt og bætið svo appelsínuberki og appelsínusafa út í. Blandið hveiti, matarsóda og salti saman við mjólkina til skiptis. Blandið blautu rúsínunum og Marsala. Hellið í tvö smurð og fóðruð 23cm/9" kökuform og bakið í forhituðum ofni við 350°F/180°C/hitastillir 4 í 35 mínútur þar til það er fjaðrandi að snerta og farið að skreppa saman um hliðar formanna. Látið kólna í pönnurnar í 10 mínútur áður en það er snúið út á grind til að klára kælingu.

Penslið kökurnar með helmingnum af appelsínulíkjörskreminu og dreifið síðan afganginum ofan á.

Ferskju- og perukaka

Bakaðu 9"/23 cm köku

6 oz/¾ bolli/175 g smjör eða smjörlíki, mildað

150g/5oz/2/3 bolli flórsykur (ofurfínn).

2 egg, létt þeytt

75 g/3 oz/¾ bolli heilhveiti (hveiti).

75 g/3 oz/¾ bolli venjulegt hveiti (allur tilgangur)

10 ml / 2 matskeiðar af lyftidufti

15 ml/1 matskeið af mjólk

2 ferskjur, afhýddar (hreinsaðar), afhýddar og saxaðar

2 perur, skrældar, kjarnhreinsaðar og saxaðar

2 matskeiðar / 30 ml flórsykur (sælgæti), sigtað

Blandið smjöri eða smjörlíki og sykrinum saman þar til þau eru orðin ljós og ljós. Bætið eggjunum út í smátt og smátt, bætið svo hveitinu og gerinu út í, bætið við mjólkinni til að blandan verði fljótandi. Snúið ferskjunum og perunum við. Hellið blöndunni í smurt og klætt 9cm/23cm form og bakið í forhituðum ofni við 190°C/375°F/hitastillir 5 í 1 klukkustund þar til hún hefur lyft sér og létt viðkomu. Látið kólna á pönnunni í 10 mínútur áður en það er snúið út á grind til að klára kælinguna. Stráið flórsykri yfir áður en borið er fram.

Ananaskaka

Gerðu 20 cm köku

100g/4oz/½ bolli smjör eða smjörlíki

350g/12oz/2 bollar blandaðar hnetur (ávaxtakökublanda)

225g/8oz/1 bolli sætur púðursykur

5 ml/1 tsk malað krydd (eplabaka)

5ml/1 tsk matarsódi (lyftiduft)

Stór 15 oz/425 g dós mulinn ósykraðan ananas, tæmd

225 g/8 oz/2 bollar sjálfhækkandi hveiti (sjálf lyftandi)

2 egg, þeytt

Setjið allt hráefnið nema hveitið og eggin í pott og hitið varlega að suðu og hrærið vel. Sjóðið jafnt og þétt í 3 mínútur og leyfið blöndunni síðan að kólna alveg. Bætið hveitinu út í og bætið eggjunum út í smám saman. Hellið blöndunni í smurt og klætt 20cm/8 mót og bakið í forhituðum ofni við 180°C/350°F/hitastillir 4 í 1h30-1h30 þar til hún er vel þeytt og þétt viðkomu. Látið það kólna á pönnunni.

Ananas og kirsuberjakaka

Gerðu 20 cm köku

100g/4oz/½ bolli smjör eða smjörlíki, mildað

100g/4oz/1 bolli flórsykur (ofurfínn).

2 egg, þeytt

225 g/8 oz/2 bollar sjálfhækkandi hveiti (sjálf lyftandi)

2,5ml/½ tsk lyftiduft

2,5ml/½ teskeið malaður kanill

175 g/6 oz/1 bolli rúsínur (gylltar rúsínur)

25 g/1 oz/2 msk sykruð kirsuber

400g/14oz/1 stór dós ananas, tæmd og saxaður

30ml/2 msk brennivín eða romm

Flórsykur, sigtaður, til að strá yfir

Blandið smjöri eða smjörlíki og sykrinum saman þar til þau eru orðin ljós og ljós. Bætið eggjunum út í smátt og smátt og bætið svo við hveiti, lyftidufti og kanil. Blandið restinni af hráefnunum varlega saman við. Hellið blöndunni í smurt og klætt 20cm/8 mót og bakið í forhituðum ofni við 160°C/325°F/hitastilli 3 í 1½ klukkustund þar til tannstöngull sem stungið er í miðjuna kemur hreinn út. Látið kólna og berið síðan fram með flórsykri.

Jóla ananaskaka

Bakaðu 9"/23 cm köku

2 oz/¼ bolli/50 g smjör eða smjörlíki

100g/4oz/½ bolli flórsykur (ofurfínn).

1 egg, létt þeytt

150g/5oz/1¼ bollar sjálfhækkandi hveiti (sjálflyftandi)

Klípa af salti

120ml/½ bolli mjólk

Til að skreyta:

100 g/4oz ferskur eða niðursoðinn ananas, gróft rifinn

1 borð (eftirréttur) epli, afhýtt, kjarnhreinsað og rifið gróft

120 ml/4 oz/½ bolli appelsínusafi

15 ml / 1 matskeið af sítrónusafa

100g/4oz/½ bolli flórsykur (ofurfínn).

5 ml/1 tsk malaður kanill

Bræðið smjörið eða smjörlíkið og blandið síðan sykrinum og egginu saman þar til það verður ljóst. Bætið hveiti og salti til skiptis ásamt mjólk til að fá deig. Hellið í smurt og klætt 9cm/23cm form og bakið í forhituðum ofni við 180°C/350°F/hitastillir 4 í 25 mínútur þar til það er gullið og fjaðrandi.

Sjóðið allt hráefnið fyrir fyllinguna og eldið í 10 mínútur. Hellið yfir heitu kökuna og bakið þar til ananasinn fer að brúnast. Látið kólna áður en það er borið fram heitt eða kalt.

ananas á hvolfi

Gerðu 20 cm köku

6 oz/¾ bolli/175 g smjör eða smjörlíki, mildað

175 g/6oz/¾ bolli sætur púðursykur

400g/14oz/1 stór dós ananas sneiðar, tæmd og safi geymdur

4 gljáðum (sykruð) kirsuber, skorin í tvennt

2 egg

100g/4oz/1 bolli sjálfhækkandi hveiti

Kremið 3 oz/75 g/1/3 bolli smjör eða smjörlíki með 3 oz/75 g/1/3 bolli sykri þar til létt og loftkennt og dreifið í botninn á smurðri 8 cm/20 cm springformi. Raðið ananassneiðunum ofan á og stráið kirsuberjum yfir, ávöl niður. Blandið afganginum af smjöri eða smjörlíki og sykrinum og blandið síðan eggjunum saman við smám saman. Hrærið hveiti og 2 matskeiðar/30 ml af ananassafanum sem er frátekinn út í. Hellið yfir ananasinn og bakið í forhituðum ofni við 180°C/350°F/hitastillir 4 í 45 mínútur þar til hann snertir vel. Látið kólna á pönnunni í 5 mínútur, takið síðan varlega af og snúið út á grind til að kólna.

Ananas hnetukaka

Bakaðu 9"/23 cm köku

8 oz / 1 bolli smjör eða smjörlíki, mildað

225g/8oz/1 bolli flórsykur (ofurfínn).

5 egg

350g/12oz/3 bollar venjulegt hveiti (allur tilgangur)

100g/4oz/1 bolli valhnetur, gróft saxaðar

2/3 bolli/100 g frosinn (sósaður) ananas, saxaður

Smá mjólk

Blandið smjöri eða smjörlíki og sykrinum saman þar til þau eru orðin ljós og ljós. Bætið eggjunum smám saman út í, blandið síðan hveiti, hnetum og ananas saman við og bætið við nægri mjólk til að ná fljótandi samkvæmni. Hellið í smurt og klætt 23cm/9 form og bakið í forhituðum ofni við 150°C/300°F/hitastillir 2 í 1½ klukkustund þar til tannstöngull sem stungið er í miðjuna kemur hreinn út.

Hindberjakaka

Gerðu 20 cm köku

100g/4oz/½ bolli smjör eða smjörlíki, mildað

200g/7oz/lite 1 bolli flórsykur (ofurfínn).

2 egg, létt þeytt

250 ml/8 fl oz/1 dl sýrður rjómi (mjólkursýra)

5 ml/1 tsk vanillukjarna (þykkni)

2¼ bollar/250 g venjulegt hveiti (allur tilgangur)

5 ml/1 msk lyftiduft

5ml/1 tsk matarsódi (lyftiduft)

5 ml/1 msk kakóduft (ósykrað súkkulaði).

2,5 ml/½ tsk salt

100 g af ferskum eða þíddum frosnum hindberjum

Til að skreyta:

30 ml/2 msk flórsykur (ofurfínn).

5 ml/1 tsk malaður kanill

Blandið saman smjöri eða smjörlíki og sykrinum. Hrærið eggjunum smám saman út í, síðan mjólkurrjómann og vanilludropunum. Blandið saman hveiti, lyftidufti, natríumbíkarbónati, kakói og salti. Snúið hindberjunum við. Hellið í smurt 8/20 cm mót. Blandið saman sykri og kanil og stráið yfir kökuna. Bakið í forhituðum ofni við 200°C/400°F/hitastilli 4 í 35 mínútur, þar til gullið og hnífur sem stungið er í miðjuna kemur hreinn út. Stráið sykri í bland við kanil.

Rabarbarakaka

Gerðu 20 cm köku

225 g/8 oz/2 bollar heilhveiti (heilhveiti).

10 ml / 2 matskeiðar af lyftidufti

10 ml/2 tsk malaður kanill

45ml/3 msk glært hunang

175 g/6 oz/1 bolli rúsínur (gylltar rúsínur)

2 egg

150 ml/¼ pt/2/3 bolli mjólk

8 oz/225 g rabarbari, saxaður

30ml/2msk demerara sykur

Blandið öllu saman nema rabarbara og sykri. Bætið rabarbaranum út í og hellið í 20 cm mót (form) smurt með smjöri og hveiti. Stráið sykri yfir. Bakið í forhituðum ofni við 180°C/350°F/hitastillir 4 í 45 mínútur þar til stíft. Látið kólna á pönnunni í 10 mínútur áður en það er tekið úr forminu.

Rabarbaraterta með hunangi

Gerir tvær 1 lb/450 g kökur

250g/9oz/2/3 bolli glært hunang

120 ml/4 oz/½ bolli olía

1 egg, létt þeytt

15ml/1msk matarsódi (lyftiduft)

¼ pt/2/3 bolli/150 ml hrein jógúrt

75ml/5 msk vatn

350g/12oz/3 bollar venjulegt hveiti (allur tilgangur)

10ml/2 msk salt

350 g/12oz rabarbari, smátt saxaður

5 ml/1 tsk vanillukjarna (þykkni)

50 g/2 oz/½ bolli saxaðar blandaðar hnetur

Til að skreyta:

75 g/3 oz/1/3 bolli sætur púðursykur

5 ml/1 tsk malaður kanill

15 ml/1 matskeið smjör eða smjörlíki, brætt

Blandið hunanginu og olíunni saman og blandið síðan egginu saman við. Blandið matarsóda út í jógúrt og vatn þar til það er uppleyst. Blandið saman hveiti og salti og bætið við hunangsblönduna til skiptis ásamt jógúrtinni. Bætið rabarbaranum, vanilluþykkni og valhnetum út í. Hellið í tvö smurð og fóðruð 450 g mót. Blandið saman innihaldsefnum áleggsins og stráið yfir kökurnar. Bakið í forhituðum ofni við 160°C/325°F/hitastilli 3 í 1 klukkustund þar til það er stíft að snerta og gullið brúnt ofan á. Látið kólna á pönnum í 10 mínútur, snúið síðan út á vírgrind til að klára kælingu.

Rófukaka

Gerðu 20 cm köku

250g/9oz/1¼ bolli venjulegt hveiti (allur tilgangur)

15 ml / 1 matskeið af lyftidufti

5 ml/1 tsk malaður kanill

Klípa af salti

150 ml/8 oz/1 bolli olía

300g/11oz/11/3 bollar flórsykur (ofurfínn).

3 egg, aðskilin

150 g hráar rauðrófur, afhýddar og rifnar gróft

150g/5oz gróft rifin gulrót

100g/4oz/1 bolli saxaðar blandaðar hnetur

Blandið saman hveiti, lyftidufti, kanil og salti. Blandið olíunni og sykrinum saman. Þeytið eggjarauður, rauðrófur, gulrætur og valhnetur. Þeytið eggjahvíturnar þar til þær eru stífar, blandið þeim síðan saman við blönduna með málmskeið. Hellið blöndunni í smurt og klætt 20cm/8 mót og bakið í forhituðum ofni við 180°C/350°F/hitastillir 4 í 1 klukkustund þar til hún verður vor.

Gulrótar- og bananakaka

Gerðu 20 cm köku

6 oz/175 g gulrót, rifin

2 bananar, stappaðir

75 g/3 oz/½ bolli rúsínur (gullrúsínur)

50 g/2 oz/½ bolli saxaðar blandaðar hnetur

175 g/6 oz/1½ bollar sjálfhækkandi hveiti (sjálfhækkandi)

5 ml/1 msk lyftiduft

5 ml/1 tsk malað krydd (eplabaka)

Safi og rifinn börkur af 1 appelsínu

2 egg, þeytt

75g/3oz/1/2 bolli ljós flórsykur

100 ml/31/2 fl oz/lite 1/2 bolli sólblómaolía

Blandið öllu hráefninu þar til það hefur blandast vel saman. Hellið í smurt og klætt 8/20 cm form og bakið í forhituðum ofni við 180°C/350°F/hitastillir 4 í 1 klukkustund þar til tannstöngull sem stungið er í miðjuna kemur hreinn út.

Gulrótar- og eplakaka

Bakaðu 9"/23 cm köku

250g/9oz/2¼ bollar sjálfhækkandi hveiti (sjálflyftandi)

5ml/1 tsk matarsódi (lyftiduft)

5 ml/1 tsk malaður kanill

175 g/6oz/¾ bolli sætur púðursykur

fínt rifinn börkur af 1 appelsínu

3 egg

200 ml/7 fl oz/lite 1 bolli olía

5 oz/150 g borð (eftirrétt) epli, afhýdd, kjarnhreinsuð og rifin

5 oz/150 g gulrætur, rifnar

2/3 bolli/100g tilbúnar þurrkaðar apríkósur, saxaðar

100g/4oz/1 bolli saxaðar pekanhnetur eða valhnetur

Blandið saman hveiti, matarsóda og kanil og blandið síðan saman við sykur og appelsínubörk. Þeytið eggin út í olíuna og blandið síðan eplinum, gulrótum og tveimur þriðju af apríkósum og valhnetum saman við. Bætið hveitiblöndunni út í og hellið í smurt og klætt 23 cm mót. Stráið afganginum af söxuðum apríkósum og valhnetum yfir. Bakið í forhituðum ofni við 180°C/350°F/hitastilli 4 í 30 mínútur þar til það er mjúkt að snerta. Látið kólna örlítið á pönnunni, snúið síðan út á vírgrind til að klára kælinguna.

Gulrótar- og kanilkaka

Gerðu 20 cm köku

100 g/4 oz/1 bolli heilhveiti (hveiti).

100g/4oz/1 bolli venjulegt hveiti (allur tilgangur)

15 ml/1 matskeið malaður kanill

5 ml/1 msk rifinn múskat

10 ml / 2 matskeiðar af lyftidufti

100g/4oz/½ bolli smjör eða smjörlíki

100 g/4 oz/1/3 bolli glært hunang

100g/4oz/½ bolli sætur púðursykur

8 oz/225 g gulrót, rifin

Blandið saman hveiti, kanil, múskati og lyftidufti í skál. Bræðið smjörið eða smjörlíkið með hunanginu og sykrinum og blandið síðan saman við hveitið. Bætið gulrótunum út í og blandið vel saman. Hellið í smurt og klætt 8/20 cm form og bakið í forhituðum ofni við 160°C/325°F/hitastillir 3 í 1 klukkustund þar til tannstöngull sem stungið er í miðjuna kemur hreinn út. Látið kólna á pönnunni í 10 mínútur, snúið síðan út á vírgrind til að klára kælinguna.

Gulrótar- og kúrbítskaka

Bakaðu 9"/23 cm köku

2 egg

175 g/6oz/¾ bolli sætur púðursykur

100g/4oz gulrætur, rifnar

2 oz/50 g rifinn kúrbít

75ml/5 msk olía

225 g/8 oz/2 bollar sjálfhækkandi hveiti (sjálf lyftandi)

2,5ml/½ tsk lyftiduft

5 ml/1 tsk malað krydd (eplabaka)

Rjómaost frosting

Blandið saman eggjum, sykri, gulrótum, kúrbít og olíu. Bætið hveitinu, lyftiduftinu og kryddblöndunni saman við og blandið þar til þú færð einsleitt deig. Hellið í smurt og klætt 9cm/23cm mót og bakið í forhituðum ofni við 180°C/350°F/hitastillir 4 í 30 mínútur þar til tannstöngull sem stungið er í miðjuna kemur hreinn út. Látið kólna og toppið síðan með rjómaostakremi.

Gulrót engiferkaka

Gerðu 20 cm köku

2/3 bolli/6 oz/175 g smjör eða smjörlíki

100 g/4 oz/1/3 bolli gullsíróp (létt maís)

120 ml/4 oz/½ bolli vatn

100g/4oz/½ bolli sætur púðursykur

150g/5oz gróft rifin gulrót

5ml/1 tsk matarsódi (lyftiduft)

200g/7oz/1¾ bolli venjulegt hveiti (allur tilgangur)

100g/4oz/1 bolli sjálfhækkandi hveiti

5 ml/1 tsk malað engifer

Klípa af salti

Fyrir frostið:

175 g/6oz/1 bolli kornaður (sælgætis) sykur, sigtaður

5 ml/1 tsk smjör eða smjörlíki, mjúkt

30ml/2 msk sítrónusafi

Bræðið smjörið eða smjörlíkið með sírópinu, vatni og sykri og látið sjóða. Takið af hellunni og blandið saman gulrótunum og natríumbíkarbónati. Látið kólna. Blandið saman hveiti, engifer og salti, hellið í smurt 20cm/8cm kökuform (mót) og bakið í forhituðum ofni við 180°C/350°F/hitastillir 4 í 45 mínútur þar til það hefur lyft sér og fjaðrandi. leika. Takið úr mold og látið kólna.

Blandið flórsykrinum saman við smjörið eða smjörlíkið og nægilega mikið af sítrónusafa til að fá breiðan gljáa. Skerið kökuna í tvennt lárétt, notaðu síðan helminginn af frostinu til að brjóta kökuna yfir og dreifðu eða dreifðu restinni ofan á.

Gulrótarkaka og nautakjöt

Bakaðu 7"/18 cm köku

2 stór egg, aðskilin

150g/5oz/2/3 bolli flórsykur (ofurfínn).

8 oz/225 g gulrót, rifin

5 oz/1¼ bollar saxaðar blandaðar hnetur

10 ml/2 tsk rifinn sítrónubörkur

50 g/2 oz/½ bolli venjulegt hveiti (allur tilgangur)

2,5ml/½ tsk lyftiduft

Þeytið eggjarauður og sykur þar til þær eru orðnar þykkar og kremkenndar. Blandið saman gulrótum, valhnetum og sítrónuberki og blandið síðan saman hveiti og lyftidufti. Þeytið eggjahvíturnar þar til þær mynda mjúka toppa og blandið þeim síðan saman við blönduna. Hellið í smurt 19cm ferningsform. Bakið í forhituðum ofni við 180°C/350°F/hitastilli 4 í 40-45 mínútur, þar til hnífur sem stungið er í miðjuna kemur hreinn út.

Gulrótar-, appelsínu- og nautakökur

Gerðu 20 cm köku

100g/4oz/½ bolli smjör eða smjörlíki, mildað

100g/4oz/½ bolli sætur púðursykur

5 ml/1 tsk malaður kanill

5 ml/1 msk rifinn appelsínubörkur

2 egg, létt þeytt

15ml/1 msk appelsínusafi

100 g gulrætur, fínt rifnar

50 g/2 oz/½ bolli saxaðar blandaðar hnetur

225 g/8 oz/2 bollar sjálfhækkandi hveiti (sjálf lyftandi)

5 ml/1 msk lyftiduft

Blandið smjöri eða smjörlíki, sykri, kanil og appelsínubörk saman þar til það er orðið ljóst og ljóst. Blandið egginu og appelsínusafanum smám saman út í og blandið síðan gulrótum, valhnetum, hveiti og lyftidufti út í. Hellið í smurt og klætt 8/20 cm kökuform og bakið í forhituðum ofni við 180°C/350°F/hitastillir 4 í 45 mínútur þar til það er stökkt.

Gulrótar-, ananas- og kókoskaka

Bakið 10 tommu/25 cm kökuform

3 egg

350g/12oz/1½ bollar flórsykur (ofurfínn).

300 ml/½ pkt/1¼ bolli olía

5 ml/1 tsk vanillukjarna (þykkni)

225 g/8 oz/2 bollar venjulegt hveiti (allur tilgangur)

5ml/1 tsk matarsódi (lyftiduft)

10 ml/2 tsk malaður kanill

5 ml/1 msk salt

8 oz/225 g gulrót, rifin

100g/4oz niðursoðinn ananas, tæmd og mulinn

100g/4oz/1 bolli þurrkuð kókoshneta (rifin)

100g/4oz/1 bolli saxaðar blandaðar hnetur

Flórsykur, sigtaður, til að strá yfir

Þeytið egg, sykur, olíu og vanilludrop. Blandið saman hveiti, matarsóda, kanil og salti og blandið smám saman í blönduna. Blandið saman gulrótum, ananas, kókos og hnetum. Hellið í smurt 25cm/10 mót og bakið í forhituðum ofni við 160°C/325°F/hitastillir 3 í 1h15 þar til tannstöngull sem stungið er í miðjuna kemur hreinn út. Látið kólna á pönnunni í 10 mínútur áður en það er snúið út á grind til að klára kælinguna. Stráið flórsykri yfir áður en borið er fram.

Gulrótar- og pistasíukaka

Bakaðu 9"/23 cm köku

100g/4oz/½ bolli smjör eða smjörlíki, mildað

100g/4oz/½ bolli flórsykur (ofurfínn).

2 egg

225 g/8 oz/2 bollar venjulegt hveiti (allur tilgangur)

5ml/1 tsk matarsódi (lyftiduft)

5 ml/1 tsk möluð kardimommur

8 oz/225 g gulrót, rifin

2 oz/½ bolli/50 g saxaðar pistasíuhnetur

50 g/2 oz/½ bolli malaðar möndlur

100 g/4 oz/2/3 bolli rúsínur (gylltar rúsínur)

Blandið smjöri eða smjörlíki og sykrinum saman þar til þau eru orðin ljós og ljós. Bætið eggjunum út í smám saman, þeytið vel eftir hverja viðbót, bætið svo við hveiti, matarsóda og kardimommum. Blandið saman gulrótum, valhnetum, möluðum möndlum og rúsínum. Hellið blöndunni í smurt og klætt 9cm/23cm springform og bakið í forhituðum ofni við 350°F/180°C/hitastillir 4 í 40 mínútur, þar til hún er gullinbrún og mjúk að snerta.

Gulrótar- og valhnetukaka

Bakaðu 9"/23 cm köku

200 ml/7 fl oz/lite 1 bolli olía

4 egg

225 g/8 oz/2/3 bolli hreinsað hunang

225 g/8 oz/2 bollar heilhveiti (heilhveiti).

10 ml / 2 matskeiðar af lyftidufti

2,5ml/½ tsk matarsódi (lyftiduft)

Klípa af salti

5 ml/1 tsk vanillukjarna (þykkni)

6 oz/175 g gulrætur, gróft rifnar

175 g/6 oz/1 bolli rúsínur

100 g/4 oz/1 bolli valhnetur, smátt saxaðar

Blandið saman olíu, eggi og hunangi. Bætið öllum hráefnunum sem eftir eru smám saman út í og þeytið þar til það hefur blandast vel saman. Hellið í smurt og hveitistráð 23cm form og bakið í forhituðum ofni við 180°C/350°F/hitastillir 4 í 1 klukkustund þar til tannstöngull sem stungið er í miðjuna kemur hreinn út.

Krydduð gulrótarkaka

Bakaðu 7"/18 cm köku

175 g/6 oz/1 bolli döðlur

120 ml/4 oz/½ bolli vatn

6 oz/¾ bolli/175 g smjör eða smjörlíki, mildað

2 egg, létt þeytt

225 g/8 oz/2 bollar sjálfhækkandi hveiti (sjálf lyftandi)

6 oz/175 g gulrót, fínt rifin

25 g/1 oz/¼ bolli malaðar möndlur

rifinn börkur af 1 appelsínu

2,5ml/½ tsk. malað krydd (eplabaka)

2,5ml/½ teskeið malaður kanill

2,5ml/½ tsk malað engifer

Fyrir frostið:

350g/12oz/1½ bolli kotasæla

25g/1oz/2msk smjör eða smjörlíki, mildað

rifinn börkur af 1 appelsínu

Setjið döðlurnar og vatnið í lítinn pott, látið suðuna koma upp og látið malla í 10 mínútur þar til þær eru mjúkar. Fjarlægðu og fleygðu pitunum (pitunum), saxaðu síðan döðlurnar smátt. Blandið saman döðlunum og vökvanum, smjörinu eða smjörlíkinu og eggjunum þar til það er orðið rjómakennt. Blandið öllu sem eftir er af kökuhráefninu saman. Hellið blöndunni í smurt og klætt 7cm/18cm kökuform og bakið í forhituðum ofni við 180°C/350°F/hitastillir 4 í 1 klukkustund þar til tannstöngull sem stungið er í miðjuna kemur hreinn út. Látið kólna á pönnunni í 10 mínútur áður en það er snúið út á grind til að klára kælinguna.

Til að búa til frosting skaltu blanda öllu hráefninu saman þar til þú hefur smurhæfa samkvæmni, bæta við smá appelsínusafa eða vatni ef þarf. Kljúfið kökuna í tvennt lárétt, bætið lögum saman við helminginn af ísnum og dreifið afganginum ofan á.

Púðursykur gulrótarkaka

Bakaðu 7"/18 cm köku

5 egg, aðskilin

200g/7oz/lite 1 bolli sætur púðursykur

15 ml / 1 matskeið af sítrónusafa

10 oz/300 g rifnar gulrætur

225g/8oz/2 bollar malaðar möndlur

25 g/1 oz/¼ bolli heilhveiti (hveiti).

5 ml/1 tsk malaður kanill

25 g/1 oz/2 msk smjör eða smjörlíki, brætt

25g/1oz/2msk flórsykur (ofurfínn).

30ml/2 msk rjómi (létt)

75 g/3 oz/¾ bolli saxaðar blandaðar hnetur

Þeytið eggjarauðurnar þar til þær freyða, blandið sykrinum saman við þar til þær eru sléttar og blandið síðan sítrónusafanum út í. Blandið þriðjungi af gulrótunum saman við, síðan þriðjungi af möndlunum, og haltu þessu áfram þar til allt hefur blandast saman. Blandið saman hveiti og kanil. Þeytið eggjahvíturnar þar til þær eru stífar, blandið þeim síðan saman við blönduna með málmskeið. Hellið í smurt og klætt 18cm form og bakið í forhituðum ofni við 180°C/350°F/hitastillir 4 í 1 klukkustund. Hyljið kökuna með smjörpappír og lækkið ofnhitann í 160°C/325°F/hitastillir 3 í 15 mínútur í viðbót eða þar til kakan minnkar örlítið frá hliðum formsins og miðjan er enn rök.

Blandið bræddu smjöri eða smjörlíki, sykri, rjóma og hnetum saman, hellið yfir kökuna og steikið undir meðalstórri grillkál þar til hún er gullinbrún.

Kúrbíts- og piparkaka

Gerðu 20 cm köku

225g/8oz/1 bolli flórsykur (ofurfínn).

2 egg, þeytt

120 ml/4 oz/½ bolli olía

100g/4oz/1 bolli venjulegt hveiti (allur tilgangur)

5 ml/1 msk lyftiduft

2,5ml/½ tsk matarsódi (lyftiduft)

2,5 ml/½ tsk salt

100g/4oz kúrbít, rifinn

100g/4oz mulinn ananas

50 g/2 oz/½ bolli valhnetur, saxaðar

5 ml/1 tsk vanillukjarna (þykkni)

Blandið sykrinum og eggjunum saman þar til það er ljóst og vel blandað. Bætið olíunni út í og síðan þurrefnunum. Bætið kúrbítnum, ananas, valhnetum og vanilludropum út í. Hellið í smurt og hveitistráð 20 cm form og bakið í forhituðum ofni við 180°C/350°F/hitastillir 4 í 1 klukkustund þar til tannstöngull sem stungið er í miðjuna kemur hreinn út. Látið kólna á pönnunni í 30 mínútur áður en það er snúið út á grind til að klára kælingu.

Kúrbít og appelsínukaka

Bakið 10 tommu/25 cm kökuform

8 oz / 1 bolli smjör eða smjörlíki, mildað

450 g/1 lb/2 bollar sætur púðursykur

4 egg, örlítið þeytt

275 g/10 oz/2½ bollar venjulegt hveiti (allur tilgangur)

15 ml / 1 matskeið af lyftidufti

2,5 ml/½ tsk salt

5 ml/1 tsk malaður kanill

2,5ml/½ teskeið rifinn múskat

Klípa af möluðum negul

Börkur og safi úr 1 appelsínu

225 g/8 oz/2 bollar rifinn kúrbít

Blandið smjöri eða smjörlíki og sykrinum saman þar til þau eru orðin ljós og ljós. Bætið eggjunum út í smátt og smátt og bætið svo við hveiti, lyftidufti, salti og kryddi, til skiptis við appelsínubörkinn og safa. Hrærið kúrbítnum saman við. Hellið í smurt og klætt 10/25 cm form og bakið í forhituðum ofni við 180°C/350°F/hitastillir 4 í 1 klukkustund þar til það er gullið og fjaðrandi að snerta. Ef toppurinn fer að brúnast undir lok eldunar skaltu hylja með smjörpappír (vaxpappír).

Graskerkryddkaka

Bakið 10 tommu/25 cm kökuform

350g/12oz/3 bollar venjulegt hveiti (allur tilgangur)

10 ml / 2 matskeiðar af lyftidufti

7,5ml/1½ tsk malaður kanill

5ml/1 tsk matarsódi (lyftiduft)

2,5 ml/½ tsk salt

8 eggjahvítur

450 g/1 lb/2 bollar flórsykur (ofurfínn).

100 g/4 oz/1 bolli eplamósa (sósa)

120 ml/4 oz/½ bolli súrmjólk

15ml/1 msk vanillukjarna (þykkni)

5ml/1 tsk fínt rifinn appelsínubörkur

350g/12oz/3 bollar Kúrbít (kúrbít), rifinn

75 g/3 oz/¾ bolli saxaðar valhnetur

Til að skreyta:

100g/4oz/½ bolli rjómaostur

25g/1oz/2msk smjör eða smjörlíki, mildað

5ml/1 tsk fínt rifinn appelsínubörkur

10ml/2 tsk appelsínusafi

2 bollar/12 oz/350 g duftformaður (sælgætis) sykur, sigtaður

Blandið þurrefnunum saman. Þeytið eggjahvíturnar þar til þær mynda mjúka toppa. Bætið sykrinum rólega út í, síðan eplamaukinu, smjörinu, vanilludropunum og appelsínuberkinum. Hrærið hveitiblöndunni saman við, síðan kúrbítnum og valhnetunum. Hellið í smurt og hveitistráð 10cm/25cm form og bakið í forhituðum ofni við 150°C/300°F/hitastilli 2 í 1 klukkustund þar til tannstöngull sem stungið er í miðjuna kemur hreinn út. Látið það kólna á pönnunni.

Blandið öllum innihaldsefnum fyllingarinnar þar til það er slétt, bætið við nægum sykri til að ná smurhæfri samkvæmni. Dreifið yfir kældu kökuna.

Graskerkaka

Bakaðu 9 x 13 tommu/23 x 33 cm köku

450 g/1 lb/2 bollar flórsykur (ofurfínn).

4 egg, þeytt

375 ml/13 oz/1½ bolli olía

350g/12oz/3 bollar venjulegt hveiti (allur tilgangur)

15 ml / 1 matskeið af lyftidufti

10 ml/2 tsk matarsódi (lyftiduft)

10 ml/2 tsk malaður kanill

2,5ml/½ tsk malað engifer

Klípa af salti

225g/8oz skorið soðið grasker í teningum

100g/4oz/1 bolli saxaðar valhnetur

Blandið sykrinum og eggjunum þar til það hefur blandast vel saman og blandið síðan olíunni saman við. Blandið hinum hráefnunum saman. Hellið í smurt og hveitistráð 23 x 33 cm ofnform og bakið í 180°C heitum ofni/hitastilli 4 í 1 klst þar til tannstöngull sem stungið er í miðjuna kemur hreinn út.

Ógnvekjandi graskersbaka

Gerðu 20 cm köku

100g/4oz/½ bolli smjör eða smjörlíki, mildað

150g/5oz/2/3 bolli sætur púðursykur

2 egg, létt þeytt

8 oz/225 g kalt soðið grasker

30ml/2msk gullsíróp (létt maís)

8 oz/225 g 1/1/3 bolli blandaðar hnetur (ávaxtakökublanda)

225 g/8 oz/2 bollar sjálfhækkandi hveiti (sjálf lyftandi)

50 g/2 oz/½ bolli klíð

Blandið smjöri eða smjörlíki og sykrinum saman þar til þau eru orðin ljós og ljós. Bætið eggjunum út í smátt og smátt og bætið svo restinni af hráefnunum saman við. Hellið í smurt og klætt 8/20 cm form og bakið í forhituðum ofni við 160°C/325°F/hitastilli 3 í 1 klukkustund og 15 mínútur þar til tannstöngull sem stungið er í miðjuna kemur hreinn út.

Kryddaður graskersrúlla

Búðu til 30 cm/12 tommu rúllu

75 g/3 oz/¾ bolli venjulegt hveiti (allur tilgangur)

5ml/1 tsk matarsódi (lyftiduft)

5 ml/1 tsk malað engifer

2,5ml/½ teskeið rifinn múskat

10 ml/2 tsk malaður kanill

Klípa af salti

1 egg

225g/8oz/1 bolli flórsykur (ofurfínn).

100g/4oz soðið grasker, skorið í teninga

5 ml/1 tsk sítrónusafi

4 eggjahvítur

50 g/2 oz/½ bolli valhnetur, saxaðar

1/3 bolli/2 oz/50 g sykur (sælgæti) sigtaður

Fyrir fyllinguna:

175 g/6oz/1 bolli kornaður (sælgætis) sykur, sigtaður

100g/4oz/½ bolli rjómaostur

2,5 ml/½ teskeið vanillukjarna (þykkni)

Blandið saman hveiti, matarsóda, kryddi og salti. Þeytið eggið þar til það er þykkt og ljóst, blandið síðan sykrinum saman við þar til blandan er ljós og rjómalöguð. Blandið saman graskerinu og sítrónusafanum. Hrærið hveitiblöndunni saman við. Þeytið eggjahvíturnar í hreinni skál þar til þær eru stífar. Brjótið kökublönduna saman í smurt og klætt 30x12cm/12x8 svissneskt form og stráið valhnetunum yfir. Bakið í forhituðum ofni við 190°C/375°F/hitastilli 5 í 10 mínútur þar til það er mjúkt að snerta. Sigtið flórsykurinn á hreint viskustykki og hvolfið kökunni ofan á viskustykkið. Fjarlægðu smjörpappírinn og settu kökuna inn í viskustykkið og láttu síðan kólna.

Til að búa til fyllinguna, þeytið sykurinn smám saman út í rjómaostinn og vanilludropinn þar til þú hefur smurhæfa blöndu. Dreifið kökunni og dreifið fyllingunni ofan á. Rúllið kökunni aftur upp og látið kólna áður en hún er borin fram, stráið með smá flórsykri.

Rabarbara- og hunangskaka

Gerir tvær 1 lb/450 g kökur

250g/9oz/¾ bolli glært hunang

100 ml/4 oz/½ bolli olía

1 egg

5ml/1 tsk matarsódi (lyftiduft)

60ml/4 msk vatn

350 g/12 oz/3 bollar heilhveiti (hveiti).

10ml/2 msk salt

350 g/12oz rabarbari, smátt saxaður

5 ml/1 tsk vanillukjarna (þykkni)

2 oz/½ bolli/50 g saxaðar blandaðar hnetur (valfrjálst)

Til að skreyta:

75 g/3 oz/1/3 bolli flórsykur

5 ml/1 tsk malaður kanill

15 g/½ oz/1 matskeið smjör eða smjörlíki, mildað

Blandið hunangi og olíu saman. Bætið egginu út í og þeytið vel. Bætið matarsódanum út í vatnið og látið það leysast upp. Blandið saman hveitinu og salti. Bætið við hunangsblönduna til skiptis með matarsóda eða matarsódablöndu. Hrærið rabarbara, vanilludropum og valhnetum saman við ef vill. Hellið í tvö smurð 450g/1lb form. Blandið innihaldsefnum áleggsins saman og dreifið yfir kökublönduna. Bakið í forhituðum ofni við 180°C/350°F/hitastilli 4 í 1 klukkustund þar til það er mjúkt að snerta.

Sætkartöflukaka

Bakaðu 9"/23 cm köku

300g/11oz/2¾ bollar venjulegt hveiti (allur tilgangur)

15 ml / 1 matskeið af lyftidufti

5 ml/1 tsk malaður kanill

5 ml/1 msk rifinn múskat

Klípa af salti

350g/12oz/1¾ bollar flórsykur (ofurfínn).

375 ml/13 oz/1½ bolli olía

60ml/4 msk soðið vatn

4 egg, aðskilin

225g/8oz sætar kartöflur, skrældar og gróft rifnar

100g/4oz/1 bolli saxaðar blandaðar hnetur

5 ml/1 tsk vanillukjarna (þykkni)

Fyrir frostið:

8 oz/11/3 bollar flórsykur (sælgæti) sigtaður

2 oz/¼ bolli/50 g smjör eða smjörlíki, mildað

250 g/9oz/1 miðlungs túbu rjómaostur

50 g/2 oz/½ bolli saxaðar blandaðar hnetur

Smá af möluðum kanil til að strá yfir

Blandið saman hveiti, lyftidufti, kanil, múskati og salti. Blandið saman sykrinum og olíunni, bætið síðan sjóðandi vatninu út í og þeytið þar til það hefur blandast vel saman. Bætið eggjarauðunum og hveitiblöndunni saman við og blandið þar til það hefur blandast vel saman. Blandið sætu kartöflunum, hnetunum og vanilludropunum saman. Þeytið soðnu eggjahvíturnar út í og blandið þeim svo saman við blönduna. Hellið í tvö smurð og hveitistráð 9cm/23cm form og bakið í forhituðum ofni við 180°C/350°F/hitastillir 4 í 40 mínútur þar til það er fjörlegt viðkomu. Látið kólna á pönnum í 5 mínútur, snúið síðan út á vírgrind til að klára kælingu.

Blandið saman flórsykri, smjöri eða smjörlíki og helmingnum af rjómaostinum. Smyrjið helmingnum af rjómaostinum sem eftir er á köku og dreifið síðan frostinu yfir ostinn. Smurðu kökunum saman. Dreifið afganginum af rjómaosti ofan á og stráið valhnetum og kanil yfir áður en borið er fram.

Ítölsk möndlukaka

Gerðu 20 cm köku

1 egg

150 ml/¼ pt/2/3 bolli mjólk

2,5 ml/½ tsk möndlukjarni (þykkni)

45ml/3 msk bráðið smjör

350g/12oz/3 bollar venjulegt hveiti (allur tilgangur)

100g/4oz/½ bolli flórsykur (ofurfínn).

10 ml / 2 matskeiðar af lyftidufti

2,5 ml/½ tsk salt

1 eggjahvíta

100g/4oz/1 bolli saxaðar möndlur

Þeytið eggið í skál og bætið síðan mjólkinni, möndluþykkni og bræddu smjöri smám saman út í og þeytið stöðugt. Bætið hveiti, sykri, lyftidufti og salti saman við og haltu áfram að hræra þar til það er slétt. Hellið í smurt og klætt 20cm mót (mót). Þeytið eggjahvítuna þar til hún er froðukennd, penslið síðan ríkulega yfir kökuna og stráið möndlum yfir. Bakið í forhituðum ofni við 220°C/425°F/hitastilli 7 í 25 mínútur þar til þær eru gullinbrúnar og fjaðrandi viðkomu.

Möndlukaka og kaffi

Bakaðu 9"/23 cm köku

8 egg, aðskilin

175 g/6oz/¾ bolli flórsykur (ofurfínn).

60ml/4 msk sterkt svart kaffi

175 g/6oz/1½ bolli malaðar möndlur

45ml/3 msk semolina (hveitikrem)

100g/4oz/1 bolli venjulegt hveiti (allur tilgangur)

Þeytið eggjarauður og sykur mjög þykkt og rjómakennt. Bætið kaffinu, möluðu möndlunum og grjóninu út í og þeytið vel. Blandið hveitinu saman við. Þeytið soðnu eggjahvíturnar út í og blandið þeim svo saman við blönduna. Hellið í smurt 9cm/23cm mót og bakið í forhituðum ofni við 180°C/350°F/hitastillir 4 í 45 mínútur þar til það er fjörlegt viðkomu.

Möndlu- og hunangskaka

Gerðu 20 cm köku

8 oz/225 g gulrót, rifin

75 g/3 oz/¾ bolli möndlur, saxaðar

2 egg, þeytt

100 ml/4 fl oz/½ bolli hreinsað hunang

60ml/4 msk olía

150 ml/¼ pt/2/3 bolli mjólk

150 g/5 oz/1¼ bollar heilhveiti (heilhveiti)

10ml/2 msk salt

10 ml/2 tsk matarsódi (lyftiduft)

15 ml/1 matskeið malaður kanill

Blandið saman gulrótum og valhnetum. Þeytið eggin með hunanginu, olíunni og mjólkinni og blandið þeim síðan saman við gulrótarblönduna. Blandið saman hveiti, salti, matarsóda og kanil og hrærið gulrótarblöndunni saman við. Hellið blöndunni í smurt og klætt 20 cm ferningsform og bakið í forhituðum ofni við 150°C/300°F/hitastillir 2 í 1 3/4 klukkustund þar til tannstöngull sem stungið er í miðjuna kemur hreinn út. Látið kólna á pönnunni í 10 mínútur áður en það er tekið úr forminu.

Möndlu- og sítrónukaka

Bakaðu 9"/23 cm köku

25 g/1 oz/¼ bolli flögnar möndlur

100g/4oz/½ bolli smjör eða smjörlíki, mildað

100g/4oz/½ bolli sætur púðursykur

2 egg, þeytt

100g/4oz/1 bolli sjálfhækkandi hveiti

börkinn af 1 sítrónu

Fyrir sírópið:

75g/3oz/1/3 bolli flórsykur (ofurfínn).

45-60ml/3-4 msk sítrónusafi

Smyrjið og klæðið 9 tommu/23 cm springform og stráið möndlunum á botninn. Blandið smjörinu og púðursykrinum saman við. Þeytið eggin eitt í einu og bætið hveiti og sítrónuberki út í. Hellið í undirbúið form og sléttið yfirborðið. Bakið í forhituðum ofni við 180°C/350°F/hitastilli 4 í 20-25 mínútur þar til þær eru orðnar vel útblásnar og fjaðrandi viðkomu.

Hitið flórsykurinn og sítrónusafann á meðan í potti, hrærið af og til þar til sykurinn leysist upp. Taktu kökuna úr ofninum og láttu hana kólna í 2 mínútur, snúðu henni svo út á grind með neðri hliðinni upp. Hellið sírópinu af og látið kólna alveg.

Appelsínumöndlukaka

Gerðu 20 cm köku

8 oz / 1 bolli smjör eða smjörlíki, mildað

225g/8oz/1 bolli flórsykur (ofurfínn).

4 egg, aðskilin

225 g/8 oz/2 bollar venjulegt hveiti (allur tilgangur)

10 ml / 2 matskeiðar af lyftidufti

50 g/2 oz/½ bolli malaðar möndlur

5 ml/1 msk rifinn appelsínubörkur

Blandið smjöri eða smjörlíki og sykrinum saman þar til þau eru orðin ljós og ljós. Þeytið eggjarauður og bætið síðan hveiti, lyftidufti, möluðum möndlum og appelsínubörk út í. Þeytið eggjahvíturnar þar til þær eru stífar, blandið þeim síðan saman við blönduna með málmskeið. Hellið í smurt og klætt 8/20 cm form og bakið í forhituðum ofni við 180°C/350°F/hitastillir 4 í 1 klukkustund þar til tannstöngull sem stungið er í miðjuna kemur hreinn út.

Rík möndlukaka

Bakaðu 7"/18 cm köku

100g/4oz/½ bolli smjör eða smjörlíki, mildað

150g/5oz/2/3 bolli flórsykur (ofurfínn).

3 egg, létt þeytt

75 g/3 oz/¾ bolli malaðar möndlur

50 g/2 oz/½ bolli venjulegt hveiti (allur tilgangur)

Nokkrir dropar af möndluþykkni (útdráttur)

Blandið smjöri eða smjörlíki og sykrinum saman þar til þau eru orðin ljós og ljós. Bætið eggjunum út í smátt og smátt, bætið svo möluðu möndlunum, hveitinu og möndlunum saman við. Hellið í smurt og klætt 7cm/18cm mót og bakið í forhituðum ofni við 180°C/350°F/hitastillir 4 í 45 mínútur þar til það er vorkennt.

Sænsk makkarónukaka

Bakaðu 9"/23 cm köku

100g/4oz/1 bolli malaðar möndlur

75 g/3 oz/1/3 bolli kornsykur

5 ml/1 msk lyftiduft

2 stórar eggjahvítur, þeyttar

Blandið saman möndlunum, sykri og lyftidufti. Þeytið eggjahvíturnar út í þar til blandan er orðin þykk og slétt. Hellið í smurt og klætt 9cm/23cm samlokuform og bakið í forhituðum ofni við 160°C/hitastilli 3 í 20-25 mínútur þar til það er eldað í gegn og gullið. Mótið mjög varlega því kakan er viðkvæm.

kókosbrauð

Gerir 450g/1lb brauð

100g/4oz/1 bolli sjálfhækkandi hveiti

225g/8oz/1 bolli flórsykur (ofurfínn).

100g/4oz/1 bolli þurrkuð kókoshneta (rifin)

1 egg

120ml/½ bolli mjólk

Klípa af salti

Blandið öllu hráefninu vel saman og hellið í smurt og klætt 450g/1lb pönnu. Bakið í forhituðum ofni við 180°C/350°F/hitastilli 4 í um það bil 1 klukkustund þar til þær eru gullinbrúnar og fjaðrandi viðkomu.

Kókoshnetukaka

Bakaðu 9"/23 cm köku

75 g/3 oz/1/3 bolli smjör eða smjörlíki

150 ml/¼ pt/2/3 bolli mjólk

2 egg, létt þeytt

225g/8oz/1 bolli flórsykur (ofurfínn).

150g/5oz/1¼ bollar sjálfhækkandi hveiti (sjálflyftandi)

Klípa af salti

Til að skreyta:

100g/4oz/½ bolli smjör eða smjörlíki

75 g/3 oz/¾ bolli þurrkuð kókos (rifin)

60ml/4 msk glært hunang

45ml/3 msk mjólk

50g/2oz/¼ bolli sætur púðursykur

Bræðið smjörið eða smjörlíkið í mjólkinni og látið kólna aðeins. Hrærið eggin og flórsykurinn saman þar til það verður ljóst og ljóst, blandið síðan smjör- og mjólkurblöndunni saman við. Bætið hveiti og salti í nokkuð fína blöndu. Hellið í smurt og klætt 9cm/23cm form og bakið í forhituðum ofni við 180°C/350°F/hitastillir 4 í 40 mínútur þar til það er gullið og fjaðrandi að snerta.

Á meðan skaltu sjóða fyllingarefnin í potti. Snúið volgri kökunni við og toppið með áleggsblöndunni. Setjið undir heitan kál í nokkrar mínútur þar til fyllingin fer að litast.

Gull kókoskaka

Gerðu 20 cm köku

100g/4oz/½ bolli smjör eða smjörlíki, mildað

200g/7oz/lite 1 bolli flórsykur (ofurfínn).

200g/7oz/1¾ bolli venjulegt hveiti (allur tilgangur)

10 ml / 2 matskeiðar af lyftidufti

Klípa af salti

175 ml/6 fl oz/¾ bolli mjólk

3 eggjahvítur

Fyrir fyllinguna og fyllinguna:

150 g/5oz/1¼ bolli þurrkuð kókoshneta (rifin)

200g/7oz/lite 1 bolli flórsykur (ofurfínn).

120ml/½ bolli mjólk

120 ml/4 oz/½ bolli vatn

3 eggjarauður

Blandið smjöri eða smjörlíki og sykrinum saman þar til þau eru orðin ljós og ljós. Bætið hveiti, lyftidufti og salti út í blönduna til skiptis ásamt mjólkinni og vatni þar til einsleitur massi myndast. Þeytið soðnu eggjahvíturnar og blandið þeim svo saman við deigið. Hellið blöndunni í tvö smurð 8/20 cm form og bakið í forhituðum ofni við 180°C/350°F/hitastillir 4 í 25 mínútur þar til hún verður vor. Látið kólna.

Blandið kókos, sykri, mjólk og eggjarauðu saman í lítinn pott. Látið malla í nokkrar mínútur þar til eggin eru soðin, hrærið stöðugt í. Látið kólna. Dreifið kökunum með helmingnum af kókosblöndunni og setjið svo restina ofan á.

Kókos lagkaka

Bakaðu 3½ x 7"/9 x 18 cm köku

100g/4oz/½ bolli smjör eða smjörlíki, mildað

175 g/6oz/¾ bolli flórsykur (ofurfínn).

3 egg

175 g/6 oz/1½ bolli venjulegt hveiti (allur tilgangur)

5 ml/1 msk lyftiduft

175 g/6 oz/1 bolli rúsínur (gylltar rúsínur)

120ml/½ bolli mjólk

6 venjulegar smákökur (kex), muldar

100g/4oz/½ bolli sætur púðursykur

100g/4oz/1 bolli þurrkuð kókoshneta (rifin)

Blandið smjöri eða smjörlíki og flórsykri saman þar til það er létt og ljóst. Bætið tveimur eggjum út í smátt og smátt og blandið síðan hveiti, lyftidufti og rúsínum saman við mjólkina til skiptis. Hellið helmingnum af blöndunni í smurt og fóðrað 450g/1lb form. Blandið eggjunum sem eftir eru saman við smákökumola, púðursykur og kókos og stráið yfir pönnuna. Hellið restinni af blöndunni út í og bakið í forhituðum ofni við 180°C/350°F/hitastillir 4 í 1 klukkustund. Látið kólna á pönnunni í 30 mínútur, snúið síðan út á vírgrind til að klára kælingu.

Kókos- og sítrónukaka

Gerðu 20 cm köku

100g/4oz/½ bolli smjör eða smjörlíki, mildað

75 g/3 oz/1/3 bolli sætur púðursykur

börkinn af 1 sítrónu

1 egg, þeytt

Nokkrir dropar af möndluþykkni (útdráttur)

350g/12oz/3 bollar sjálfhækkandi hveiti (sjálf lyftandi)

60 ml/4 msk hindberjasulta (niðursoðinn)

Til að skreyta:

1 egg, þeytt

75 g/3 oz/1/3 bolli sætur púðursykur

225 g/8 oz/2 bollar þurrkuð kókos (rifin)

Blandið smjöri eða smjörlíki, sykri og sítrónuberki saman þar til það er ljóst og ljóst. Bætið egginu og möndluþykkni smátt og smátt út í og bætið svo hveitinu út í. Hellið blöndunni í smurt og klætt 20 cm mót. Hellið sultunni yfir blönduna. Blandið innihaldsefnunum í fyllinguna og dreifið yfir blönduna. Bakið í forhituðum ofni við 180°C/350°F/hitastilli 4 í 30 mínútur þar til það er mjúkt að snerta. Látið það kólna á pönnunni.

Nýárs kókoskaka

Bakaðu 7"/18 cm köku

100g/4oz/½ bolli smjör eða smjörlíki, mildað

100g/4oz/½ bolli flórsykur (ofurfínn).

2 egg, létt þeytt

75 g/3 oz/¾ bolli venjulegt hveiti (allur tilgangur)

45ml/3 msk þurrkuð kókoshneta (rifin)

30ml/2 msk romm

Nokkrir dropar af möndluþykkni (útdráttur)

Nokkrir dropar af sítrónukjarna (útdráttur)

Blandið saman smjöri og sykri þar til þau eru orðin ljós og ljós. Bætið eggjunum út í smátt og smátt, bætið svo hveitinu og kókosnum út í. Bætið romminu og essensunum út í. Hellið í smurt og klætt 18cm/7cm mót og sléttið yfirborðið. Bakið í forhituðum ofni við 190°C/375°F/hitastilli 5 í 45 mínútur þar til tannstöngull sem stungið er í miðjuna kemur hreinn út. Látið það kólna á pönnunni.

Kókos sultana kaka

Bakaðu 9"/23 cm köku

100g/4oz/½ bolli smjör eða smjörlíki, mildað

175 g/6oz/¾ bolli flórsykur (ofurfínn).

2 egg, létt þeytt

175 g/6 oz/1½ bolli venjulegt hveiti (allur tilgangur)

5 ml/1 msk lyftiduft

Klípa af salti

175 g/6 oz/1 bolli rúsínur (gylltar rúsínur)

120ml/½ bolli mjólk

Fyrir fyllinguna:

1 egg, létt þeytt

50g/2oz/½ bolli venjulegur kexmola (kaka).

100g/4oz/½ bolli sætur púðursykur

100g/4oz/1 bolli þurrkuð kókoshneta (rifin)

Blandið smjöri eða smjörlíki og flórsykri saman þar til það er létt og ljóst. Bætið eggjunum smám saman út í. Hrærið hveiti, lyftidufti, salti og rúsínum saman við nægilega mikið af mjólk til að ná mjúkri þéttleika. Hellið helmingnum af blöndunni í smurt 23cm/9 springform. Blandið hráefninu fyrir áleggið og hellið yfir blönduna og setjið síðan kökublönduna sem eftir er yfir. Bakið í forhituðum ofni við 180°C/350°F/hitastilli 4 í 1 klst þar til það er fjaðrandi að snerta og byrjað að dragast frá hliðunum á pönnunni. Látið kólna á pönnunni áður en það er tekið úr forminu.

Stökk nautaköku

Bakaðu 9"/23 cm köku

8 oz / 1 bolli smjör eða smjörlíki, mildað

225g/8oz/1 bolli flórsykur (ofurfínn).

2 egg, létt þeytt

225 g/8 oz/2 bollar venjulegt hveiti (allur tilgangur)

2,5ml/½ tsk matarsódi (lyftiduft)

2,5ml/½ tsk rjómi af vínsteini

7 fl oz/lite 200 ml 1 bolli mjólk

Til að skreyta:

100g/4oz/1 bolli saxaðar blandaðar hnetur

100g/4oz/½ bolli sætur púðursykur

5 ml/1 tsk malaður kanill

Blandið smjöri eða smjörlíki og flórsykri saman þar til það er létt og ljóst. Bætið eggjunum út í smátt og smátt, bætið síðan hveiti, matarsóda og vínsteinsrjóma út í, til skiptis við mjólkina. Hellið í smurt og klætt 23cm mót (mót). Blandið saman valhnetum, púðursykri og kanil og stráið yfir kökuna. Bakið í forhituðum ofni við 180°C/350°F/hitastilli 4 í 40 mínútur þar til þær eru gullinbrúnar og dragast frá hliðum pönnunnar. Látið kólna á pönnunni í 10 mínútur, snúið síðan út á vírgrind til að klára kælinguna.

Blandað kjötkaka

Bakaðu 9"/23 cm köku

100g/4oz/½ bolli smjör eða smjörlíki, mildað

225g/8oz/1 bolli flórsykur (ofurfínn).

1 egg, þeytt

225 g/8 oz/2 bollar sjálfhækkandi hveiti (sjálf lyftandi)

10 ml / 2 matskeiðar af lyftidufti

Klípa af salti

250 ml/8 oz/1 bolli mjólk

5 ml/1 tsk vanillukjarna (þykkni)

2,5 ml/½ teskeið sítrónukjarni (útdráttur)

100g/4oz/1 bolli saxaðar blandaðar hnetur

Blandið smjöri eða smjörlíki og sykrinum saman þar til þau eru orðin ljós og ljós. Bætið egginu út í smátt og smátt. Blandið saman hveiti, geri og salti og bætið út í blönduna til skiptis ásamt mjólkinni og kjarnanum. Snúið hnetunum við. Hellið í tvö smurð og klædd 23 cm kökuform og bakið í forhituðum ofni við 180°F/350°F/hitastillir 4 í 40 mínútur þar til tannstöngull sem stungið er í miðjuna kemur hreinn út.

Grísk nautakjötskaka

Bakið 10 tommu/25 cm kökuform

100g/4oz/½ bolli smjör eða smjörlíki, mildað

225g/8oz/1 bolli flórsykur (ofurfínn).

3 egg, létt þeytt

2¼ bollar/250 g venjulegt hveiti (allur tilgangur)

225 g/8 oz/2 bollar malaðar valhnetur

10 ml / 2 matskeiðar af lyftidufti

5 ml/1 tsk malaður kanill

1,5ml/¼ teskeið malaður negull

Klípa af salti

75ml/5 msk mjólk

Fyrir hunangssírópið:

175 g/6oz/¾ bolli flórsykur (ofurfínn).

75 g/3 oz/¼ bolli glært hunang

15 ml / 1 matskeið af sítrónusafa

250 ml/8 fl oz/1 bolli sjóðandi vatn

Blandið smjöri eða smjörlíki og sykrinum saman þar til þau eru orðin ljós og ljós. Bætið eggjunum út í smátt og smátt og bætið svo við hveiti, hnetum, lyftidufti, kryddi og salti. Bætið mjólkinni út í og blandið þar til það er slétt. Hellið í smurt og hveitistráð 10cm/25cm form og bakið í forhituðum ofni við 180°C/350°F/hitastillir 4 í 40 mínútur þar til það er fjörlegt viðkomu. Látið kólna á pönnunni í 10 mínútur, flytjið síðan yfir á vírgrind.

Til að búa til síròpið skaltu blanda saman sykri, hunangi, sítrónusafa og vatni og hita þar til það er uppleyst. Stungið í heitu kökuna með gaffli og dreypið síðan hunangssírópi yfir.

Valhnetu ís kaka

Bakaðu 7"/18 cm köku

100g/4oz/½ bolli smjör eða smjörlíki, mildað

100g/4oz/½ bolli flórsykur (ofurfínn).

2 egg, létt þeytt

100g/4oz/1 bolli sjálfhækkandi hveiti

100g/4oz/1 bolli saxaðar valhnetur

Klípa af salti

Fyrir frostið:

450 g/1 lb/2 bollar kornsykur

150 ml/¼ pkt/2/3 bolli vatn

2 eggjahvítur

Nokkrir valhnetuhelmingar til að skreyta

Blandið smjöri eða smjörlíki og flórsykri saman þar til það er létt og ljóst. Bætið eggjunum út í smátt og smátt og bætið svo við hveiti, hnetum og salti. Hellið blöndunni í tvö smurð og klædd 18cm/7" kökuform og bakið í forhituðum ofni við 180°C/hitastillir 4 í 25 mínútur þar til hún er vel lyft og fjaðrandi viðkomu. Látið kólna.

Leysið púðursykurinn upp í vatninu við vægan hita, hrærið stöðugt í, hitið síðan að suðu og haldið áfram að sjóða, án þess að hræra í, þar til dropi af blöndunni myndar mjúka kúlu þegar henni er hellt í kalda vatnið. Á meðan þeytið þið eggjahvíturnar í hreinni skál þar til þær eru stífar. Hellið sírópinu yfir eggjahvíturnar og þeytið þar til blandan er orðin nógu þykk til að hjúpa bakið á skeið. Smyrjið lag af frosti yfir kökurnar, dreifið svo afganginum yfir toppinn og hliðarnar á kökunni og skreytið með valhnetuhelmingunum.

Valhnetukaka með súkkulaðikremi

Bakaðu 7"/18 cm köku

3 egg

75 g/3 oz/1/3 bolli sætur púðursykur

50 g/2 oz/½ bolli heilhveiti (heilhveiti).

25 g/1 oz/¼ bolli kakóduft (ósykrað súkkulaði)

Fyrir frostið:

150g/5oz/1¼ bollar venjulegt súkkulaði (hálfsætt)

225 g/8 oz/1 bolli fituskert rjómaostur

45 ml/3 msk flórsykur (sælgæti), sigtaður

75 g/3 oz/¾ bolli saxaðar valhnetur

15 ml/1 matskeið koníak (valfrjálst)

Rifið súkkulaði til að skreyta

Hrærið eggin og púðursykurinn saman þar til þau eru föl og þykk. Blandið saman hveitinu og kakóinu. Hellið blöndunni í tvö smurð og klædd 7cm/18cm samlokuform og bakið í forhituðum ofni við 190°C/375°F/hitastilli 5 í 15-20 mínútur þar til hún er vel blásin og fjaðrandi viðkomu. Takið úr formunum og látið kólna.

Bræðið súkkulaðið í hitaþolinni skál yfir potti með varlega sjóðandi vatni. Takið af hellunni og hrærið rjómaostinum og flórsykrinum saman við, hrærið síðan valhnetunum og brandíinu út í, ef það er notað. Smyrjið megninu af fyllingunni á kökurnar og dreifið restinni ofan á. Skreytið með rifnu súkkulaði.

Hunangs- og kanilkaka

Bakaðu 9"/23 cm köku

225 g/8 oz/2 bollar venjulegt hveiti (allur tilgangur)

10 ml / 2 matskeiðar af lyftidufti

5ml/1 tsk matarsódi (lyftiduft)

5 ml/1 tsk malaður kanill

Klípa af salti

100 g/4 oz/1 bolli hrein jógúrt

75ml/5 msk olía

100 g/4 oz/1/3 bolli glært hunang

1 egg, létt þeytt

5 ml/1 tsk vanillukjarna (þykkni)

Fyrir fyllinguna:

2 oz/½ bolli/50 g saxaðar valhnetur

225g/8oz/1 bolli sætur púðursykur

10 ml/2 tsk malaður kanill

30ml/2 msk olía

Blandið saman þurrefnunum í kökuna og gerið holu í miðjunni. Blandið restinni af kökuhráefnunum saman við og blandið þurrefnunum saman við. Blandið hráefninu fyrir fyllinguna. Hellið helmingi kökudeigsins í smurt og hveitistráð 9cm/23cm mót og stráið helmingi fyllingarinnar yfir. Bætið restinni af kökublöndunni út í, svo restinni af fyllingunni. Bakið í forhituðum ofni við 180°C/350°F/hitastilli 4 í 30 mínútur þar til þær eru orðnar vel útblásnar og gylltar og farið að dragast frá hliðum formsins.

Möndlu- og hunangsstangir

gera 10

15 g/½ oz ferskt ger eða 20 ml/4 msk þurrger

45 ml/3 msk flórsykur (ofurfínn).

120 ml/4 fl oz/½ bolli heit mjólk

300g/11oz/2¾ bollar venjulegt hveiti (allur tilgangur)

Klípa af salti

1 egg, létt þeytt

2 oz/¼ bolli/50 g smjör eða smjörlíki, mildað

½ pkt/1¼ bollar/300 ml tvöfaldur rjómi (þykkur)

2 matskeiðar / 30 ml flórsykur (sælgæti), sigtað

45ml/3 msk glært hunang

300g/11oz/2¾ bollar flögaðar möndlur (sneiðar)

Blandið gerinu, 5 ml / 1 tsk flórsykri og smá mjólk saman og látið standa í 20 mínútur á heitum stað þar til blandan er froðukennd. Blandið restinni af sykrinum saman við hveitið og saltið og gerið holu í miðjunni. Blandið smám saman eggjum, smjöri eða smjörlíki, gerblöndu og afgangi af volgri mjólk út í og blandið þar til slétt deig myndast. Hnoðið á létt hveitistráðu yfirborði þar til það er slétt og teygjanlegt. Setjið í smurða skál, hyljið með plastfilmu (plastfilmu) og látið standa á heitum stað í 45 mínútur þar til tvöfaldast að stærð.

Hnoðið deigið aftur, fletjið því síðan út og setjið í smurt 30 x 20 cm mót, stingið með gaffli, lokið og látið standa í 10 mínútur á hlýjum stað.

Setjið 120ml/½ bolla rjóma, flórsykur og hunang í lítinn pott og látið suðuna koma upp. Takið af hellunni og blandið möndlunum saman við. Dreifið yfir deigið og bakið í forhituðum ofni við 200°C/400°F/hitastillir 6 í 20 mínútur þar til það er gullbrúnt og fjaðrandi að snerta, hyljið með smjörpappír (vaxpappír) ef toppurinn fer að brúnast of mikið áður en hann klárar eldamennskuna Takið úr mold og látið kólna.

Skerið kökuna í tvennt lárétt. Þeytið afganginn af rjómanum þar til hann er stífur og dreifið yfir neðsta hluta kökunnar. Hyljið helminginn af kökunni með möndlum og skerið í stangir.

Epli og sólberjamolar

gera 12

175 g/6 oz/1½ bolli venjulegt hveiti (allur tilgangur)

5 ml/1 msk lyftiduft

Klípa af salti

175 g/6 oz/¾ bolli smjör eða smjörlíki

225g/8oz/1 bolli sætur púðursykur

100g/4oz/1 bolli hafrar

450 g / 1 lb soðin (baka) epli, afhýdd, kjarnhreinsuð og skorin í sneiðar

30ml/2 msk maísmjöl (maissterkja)

10 ml/2 tsk malaður kanill

2,5ml/½ teskeið rifinn múskat

2,5ml/½ teskeið malaður pipar

225 g/8 oz sólber

Blandið saman hveiti, lyftidufti og salti og blandið síðan smjörinu eða smjörlíkinu saman við. Blandið saman sykri og höfrum. Hellið helmingnum í botninn á smurðu og fóðruðu 9cm/25cm ferningsformi. Blandið saman eplum, maísmjöli og kryddi og dreifið ofan á. Skreytið með sólberjum. Hellið restinni af blöndunni og sléttið toppinn. Bakið í forhituðum ofni við 180°C/350°F/hitastilli 4 í 30 mínútur þar til það er stökkt. Látið kólna og skerið síðan í sneiðar.

Apríkósu- og hafrastangir

gera 24

75 g/3 oz/½ bolli þurrkaðar apríkósur

25 g / 1 oz / 3 matskeiðar rúsínur (gullrúsínur)

250 ml/8 oz/1 bolli vatn

5 ml/1 tsk sítrónusafi

150g/5oz/2/3 bolli sætur púðursykur

50 g/2 oz/½ bolli þurrkuð kókoshneta (rifin)

50 g/2 oz/½ bolli venjulegt hveiti (allur tilgangur)

2,5ml/½ tsk matarsódi (lyftiduft)

100g/4oz/1 bolli hafrar

50 g/2 oz/¼ bolli smjör, brætt

Setjið apríkósur, rúsínur, vatn, sítrónusafa og 2 msk/30ml púðursykur í lítinn pott og hrærið við vægan hita þar til það þykknar. Hrærið kókosnum út í og látið kólna. Blandið saman hveiti, matarsóda, höfrum og sykri sem eftir er og blandið síðan bræddu smjöri út í. Þrýstið helmingnum af hafrablöndunni í botninn á smurðri 20cm/8 fermetra pönnu og dreifið síðan apríkósublöndunni yfir. Toppið með afganginum af hafrablöndunni og þrýstið létt á. Bakið í forhituðum ofni við 180°C/350°F/hitastillir 4 í 30 mínútur þar til þær eru gullnar. Látið kólna og skerið síðan í sneiðar.

Apríkósu franskar

gera 16

2/3 bollar/100g tilbúnar þurrkaðar apríkósur

120 ml/4 oz/½ bolli appelsínusafi

100g/4oz/½ bolli smjör eða smjörlíki

75 g/3 oz/¾ bolli heilhveiti (hveiti).

75 g/3 oz/¾ bolli rúllaðir hafrar

75 g/3 oz/1/3 bolli demerara sykur

Leggið apríkósur í bleyti í appelsínusafa í að minnsta kosti 30 mínútur þar til þær eru meyrar, hellið af og saxið. Nuddaðu smjörinu eða smjörlíkinu inn í hveitið þar til blandan líkist brauðrasp. Blandið höfrunum og sykrinum saman. Þrýstið helmingnum af blöndunni í smurða 30 x 20 cm/12 x 8 pönnu og stráið apríkósunum yfir. Dreifið restinni af blöndunni ofan á og þrýstið létt. Bakið í forhituðum ofni við 180°C/350°F/hitastillir 4 í 25 mínútur þar til þær eru gullnar. Látið kólna á pönnunni áður en það er tekið úr forminu og skorið í stangir.

Walnut Banana Bars

Hann verður um 14 ára gamall

2 oz/¼ bolli/50 g smjör eða smjörlíki, mildað

75g/3oz/1/3 bolli flórsykur (ofurfínn) eða mjúkur púðursykur

2 stórir bananar, saxaðir

175 g/6 oz/1½ bolli venjulegt hveiti (allur tilgangur)

7,5 ml / 1½ tsk lyftiduft

2 egg, þeytt

2 oz/½ bolli/50 g valhnetur, gróft saxaðar

Blandið saman smjöri eða smjörlíki og sykrinum. Maukið bananana og blandið blöndunni saman. Blandið saman hveiti og lyftidufti. Bætið hveiti, eggjum og hnetum við bananablönduna og þeytið vel. Hellið í smurt og klætt 18x28cm/7x11 mót, sléttið yfirborðið og bakið í forhituðum ofni við 160°C/325°F/hitastilli 3 í 30-35 mínútur þar til það er vorkennt. Látið kólna á pönnunni í nokkrar mínútur, snúið síðan út á grind til að klára kælinguna. Skerið í um það bil 14 stangir.

Amerískar brownies

Það er um 15

2 stór egg

225g/8oz/1 bolli flórsykur (ofurfínn).

2 oz/¼ bolli/50 g smjör eða smjörlíki, brætt

2,5 ml/½ teskeið vanillukjarna (þykkni)

75 g/3 oz/¾ bolli venjulegt hveiti (allur tilgangur)

45ml/3 msk kakóduft (ósykrað súkkulaði).

2,5ml/½ tsk lyftiduft

Klípa af salti

2 oz/½ bolli/50 g valhnetur, gróft saxaðar

Þeytið egg og sykur þar til þau verða þykk og rjómalöguð. Bætið smjöri og vanilludropum út í. Sigtið hveiti, kakó, lyftiduft og salt og blandið saman við blönduna með hnetunum. Hellið í vel smurt 20 cm ferningsform. Bakið í forhituðum ofni við 180°C/350°F/hitastilli 4 í 40 til 45 mínútur, þar til það er vorkennt. Látið vera á pönnunni í 10 mínútur, skerið síðan í ferninga og færið yfir á vírgrind á meðan það er enn heitt.

Súkkulaði Fudge Brownies

Hann verður um 16 ára gamall

225 g/8 oz/1 bolli smjör eða smjörlíki

175g/6oz/¾ bolli kornsykur

350g/12oz/3 bollar sjálfhækkandi hveiti (sjálf lyftandi)

30ml/2 msk kakóduft (ósykrað súkkulaði).

Fyrir frostið:

175 g/6oz/1 bolli kornaður (sælgætis) sykur, sigtaður

30ml/2 msk kakóduft (ósykrað súkkulaði).

sjóðandi vatn

Bræðið smjörið eða smjörlíkið og bætið svo flórsykrinum út í. Blandið saman hveitinu og kakóinu. Þrýstið á 7 x 11 tommu/18 x 28 cm fóðraða pönnu. Bakið í forhituðum ofni við 180°C/350°F/hitastilli 4 í um það bil 20 mínútur þar til það er mjúkt að snerta.

Til að búa til gljáann, sigtið flórsykurinn og kakóið í skál og bætið við dropa af sjóðandi vatni. Blandið þar til það er vel blandað, bætið við dropa eða meira af vatni ef þarf. Frystið brownies á meðan þær eru heitar (en ekki heitar) og látið kólna áður en þær eru skornar í ferninga.

Valhnetu- og súkkulaðibrúnkökur

gera 12

50g/2oz/½ bolli venjulegt súkkulaði (hálfsætt)

75 g/3 oz/1/3 bolli smjör eða smjörlíki

225g/8oz/1 bolli flórsykur (ofurfínn).

75 g/3 oz/¾ bolli venjulegt hveiti (allur tilgangur)

75 g/3 oz/¾ bolli saxaðar valhnetur

50g/2oz/½ bolli súkkulaðiflögur

2 egg, þeytt

2,5 ml/½ teskeið vanillukjarna (þykkni)

Bræðið súkkulaði og smjör eða smjörlíki í hitaþolinni skál yfir pönnu með varlega sjóðandi vatni. Takið af hitanum og blandið restinni af hráefnunum saman við. Hellið í smurt og klætt 8/20 cm form og bakið í forhituðum ofni við 180°C/350°F/hitastillir 4 í 30 mínútur þar til tannstöngull sem stungið er í miðjuna kemur hreinn út. Látið kólna á pönnunni og skerið í ferninga.

Smjörstangir

gera 16

100g/4oz/½ bolli smjör eða smjörlíki, mildað

100g/4oz/½ bolli flórsykur (ofurfínn).

1 egg, aðskilið

100g/4oz/1 bolli venjulegt hveiti (allur tilgangur)

25 g/1 oz/¼ bolli saxaðar blandaðar hnetur

Blandið smjöri eða smjörlíki og sykrinum saman þar til þau eru orðin ljós og ljós. Blandið eggjarauðunni út í, blandið síðan hveiti og hnetum saman við þar til blandan er orðin nokkuð stíf. Ef það er mjög stíft skaltu bæta við smá mjólk; ef malað er, blandið aðeins meira hveiti út í. Hellið deiginu í smurt 30 x 20 cm/12 x 8 pönnu. Þeytið eggjahvíturnar þar til þær freyða og dreifið yfir blönduna. Bakið í forhituðum ofni við 180°C/350°F/hitastillir 4 í 30 mínútur þar til þær eru gullnar. Látið kólna og skerið síðan í sneiðar.

Bökunarplata með kirsuberjakaramellu

gera 12

100 g/4 oz/1 bolli möndlur

8 oz / 1 bolli gljáð (sykrað) kirsuber, helminguð

8 oz / 1 bolli smjör eða smjörlíki, mildað

225g/8oz/1 bolli flórsykur (ofurfínn).

3 egg, þeytt

100g/4oz/1 bolli sjálfhækkandi hveiti

50 g/2 oz/½ bolli malaðar möndlur

5 ml/1 msk lyftiduft

5ml/1 tsk möndlukjarni (þykkni)

Dreifið möndlum og kirsuberjum í botninn á smurðu og fóðruðu 20 cm móti. Bræðið ¼ bolli/2 oz/50 g smjör eða smjörlíki með ¼ bolli/2 oz/50 g sykri og hellið síðan yfir kirsuber og valhnetur. Þeytið restina af smjörinu eða smjörlíkinu og sykrinum þar til það verður ljóst og ljóst, blandið síðan eggjunum út í og blandið hveiti, möluðum möndlum, lyftidufti og möndluessens út í. Hellið blöndunni í formið og jafnið ofan á. Bakið í forhituðum ofni við 160°C/325°F/hitastillir 3 í 1 klukkustund. Látið kólna á pönnunni í nokkrar mínútur, hvolfið síðan varlega á vírgrind og skafið smá af smjörpappírsfyllingunni af ef þarf. Látið kólna alveg áður en skorið er.

Ofnskúffa með súkkulaðibitum

gera 24

100g/4oz/½ bolli smjör eða smjörlíki, mildað

100g/4oz/½ bolli sætur púðursykur

50g/2oz/¼ bolli flórsykur (ofurfínn).

1 egg

5 ml/1 tsk vanillukjarna (þykkni)

100g/4oz/1 bolli venjulegt hveiti (allur tilgangur)

2,5ml/½ tsk matarsódi (lyftiduft)

Klípa af salti

100g/4oz/1 bolli súkkulaðiflögur

Þeytið smjörið eða smjörlíkið og sykurinn þar til það er létt og ljóst, bætið síðan egginu og vanilludropunum smám saman út í. Blandið saman hveiti, matarsóda og salti. Bætið súkkulaðibitunum saman við. Hellið í smurða og hveitistráða 25cm/12in fermetra form og bakið í ofni sem er forhitaður í 190°C/375°F/hitastillir 2 í 15 mínútur þar til hann er gullinn. Látið kólna og skerið síðan í ferninga.

Lag af kanilmola

gera 12

Fyrir grunninn:

100g/4oz/½ bolli smjör eða smjörlíki, mildað

30 ml/2 matskeiðar glært hunang

2 egg, létt þeytt

100g/4oz/1 bolli venjulegt hveiti (allur tilgangur)

Fyrir mulninginn:

75 g/3 oz/1/3 bolli smjör eða smjörlíki

75 g/3 oz/¾ bolli venjulegt hveiti (allur tilgangur)

75 g/3 oz/¾ bolli rúllaðir hafrar

5 ml/1 tsk malaður kanill

50g/2oz/¼ bolli demerara sykur

Blandið smjörinu eða smjörlíkinu og hunanginu saman þar til það er orðið létt og loftkennt. Bætið eggjunum út í smátt og smátt og bætið svo hveitinu út í. Hellið helmingnum af blöndunni í smurt 20 cm ferningsmót og sléttið yfirborðið.

Til að búa til brauðrasp, nuddið smjöri eða smjörlíki inn í hveitið þar til blandan líkist brauðrasp. Blandið höfrum, kanil og sykri saman. Setjið helminginn af brauðmylsnunni á pönnuna, setjið síðan afganginn af kökublöndunni yfir og síðan afganginn af brauðmylsnunni. Bakið í ofni sem er forhitaður í 190°C/375°F/hitastillir 5 í um 35 mínútur, þar til tannstöngull sem stungið er í miðjuna kemur hreinn út. Látið kólna og skerið síðan í sneiðar.

Ljúffengar kanilstangir

gera 16

225 g/8 oz/2 bollar venjulegt hveiti (allur tilgangur)

10 ml / 2 matskeiðar af lyftidufti

225g/8oz/1 bolli sætur púðursykur

15 ml / 1 matskeið brætt smjör

250 ml/8 oz/1 bolli mjólk

30ml/2msk demerara sykur

10 ml/2 tsk malaður kanill

25g/1oz/2msk smjör, kælt og skorið í teninga

Blandið saman hveiti, lyftidufti og sykri. Bætið bræddu smjöri og mjólk út í og blandið vel saman. Þrýstið blöndunni í 2 fermetra mót 23 cm í þvermál (mót). Stráið toppnum með demerara sykri og kanil og þrýstið síðan smjörbitum ofan á. Bakið í forhituðum ofni við 180°C/350°F/hitastillir 4 í 30 mínútur. Smjörið mun gera göt í blönduna og verða klístrað þegar það eldast.

Kókoshnetustangir

gera 16

75 g/3 oz/1/3 bolli smjör eða smjörlíki

100g/4oz/1 bolli venjulegt hveiti (allur tilgangur)

30 ml/2 msk flórsykur (ofurfínn).

2 egg

100g/4oz/½ bolli sætur púðursykur

Klípa af salti

175 g/6oz/1½ bolli þurrkuð kókoshneta (rifin)

50 g/2 oz/½ bolli saxaðar blandaðar hnetur

appelsínugulur gljái

Nuddaðu smjörinu eða smjörlíkinu inn í hveitið þar til blandan líkist brauðrasp. Hrærið sykrinum út í og þrýstið í ósmurða 9/23 cm ferninga pönnu. Bakið í forhituðum ofni við 190°C/350°F/hitastillir 4 í 15 mínútur þar til stíft.

Blandið saman eggjum, púðursykri og salti, blandið síðan kókos og valhnetum út í og dreifið yfir botninn. Bakið í 20 mínútur þar til það er gullið og stíft. Ís með appelsínugljáa þegar hann kólnar. Skerið í stangir.

Kókoshnetusultu samlokubarir

gera 16

25 g/1 oz/2 msk smjör eða smjörlíki

175 g/6 oz/1½ bollar sjálfhækkandi hveiti (sjálfhækkandi)

225g/8oz/1 bolli flórsykur (ofurfínn).

2 eggjarauður

75ml/5 msk vatn

175 g/6oz/1½ bolli þurrkuð kókoshneta (rifin)

4 eggjahvítur

50 g/2 oz/½ bolli venjulegt hveiti (allur tilgangur)

100 g/4 oz/1/3 bolli jarðarberjasulta (niðursoðinn)

Nuddaðu smjörinu eða smjörlíkinu inn í hveitið og blandaðu síðan 50g/¼ bolli sykri saman við. Þeytið saman eggjarauður og 3 msk/45ml vatn og blandið saman við blönduna. Þrýstið í botninn á smurðri 30 x 20 cm/12 x 8 pönnu og stungið með gaffli. Bakið í forhituðum ofni við 180°C/350°F/hitastillir 4 í 12 mínútur. Látið kólna.

Setjið kókos, afganginn af sykrinum og vatninu og eggjahvítu í pott og hrærið við vægan hita þar til blandan er kekkja án þess að litast. Látið kólna. Blandið venjulegu hveitinu saman við. Þeytið afganginn af eggjahvítunni þar til þær eru stífar og blandið síðan saman við blönduna. Smyrjið sultunni á botninn og smyrjið svo kókosfyllingunni. Bakið í 30 mínútur þar til þær eru gullinbrúnar. Látið kólna á pönnunni áður en það er skorið í stangir.

Döðlu- og eplabakkabaka

gera 12

1 soðið epli (terta), afhýtt, kjarnhreinsað og saxað

8 únsur / 11/3 bollar döðlur (pittaðar), saxaðar

150 ml/¼ pkt/2/3 bolli vatn

350g/12oz/3 bollar rúllaðir hafrar

6 oz/¾ bolli/175 g smjör eða smjörlíki, brætt

45ml/3 msk demerara sykur

5 ml/1 tsk malaður kanill

Setjið eplin, döðlurnar og vatnið í pott og eldið við vægan hita í um 5 mínútur þar til eplin eru mjúk. Látið kólna. Blandið saman höfrum, smjöri eða smjörlíki, sykri og kanil. Hellið helmingnum í smurt 20 cm ferningsmót og sléttið yfirborðið. Toppið með epla- og döðlublöndunni, setjið svo restina af hafrablöndunni yfir og sléttið yfirborðið. Þrýstu varlega. Bakið í forhituðum ofni við 190°C/375°F/hitastilli 5 í um 30 mínútur þar til þær eru gullnar. Látið kólna og skerið síðan í sneiðar.

Döðlusneiðar

gera 12

8 únsur / 11/3 bollar döðlur (pittaðar), saxaðar

30 ml/2 matskeiðar glært hunang

30ml/2 msk sítrónusafi

225 g/8 oz/1 bolli smjör eða smjörlíki

225 g/8 oz/2 bollar heilhveiti (heilhveiti).

225 g/8 oz/2 bollar rúllaðir hafrar

75 g/3 oz/1/3 bolli sætur púðursykur

Sjóðið döðlurnar, hunangið og sítrónusafann við vægan hita í nokkrar mínútur þar til döðlurnar eru orðnar mjúkar. Nuddið smjörinu eða smjörlíkinu inn í hveitið og höfrunga þar til blandan líkist brauðrasp, hrærið síðan sykrinum saman við. Hellið helmingnum af blöndunni í smurt og klætt 20cm/8cm ferningsform. Hellið döðlublöndunni yfir og setjið svo restina af kökublöndunni yfir. Þrýstu þétt. Bakið í forhituðum ofni við 190°C/375°F/hitastilli 5 í 35 mínútur þar til það er mjúkt að snerta. Látið kólna á pönnu, skerið í sneiðar á meðan það er enn heitt.

Tilvitnunarstangir ömmu

gera 16

100g/4oz/½ bolli smjör eða smjörlíki, mildað

225g/8oz/1 bolli sætur púðursykur

2 egg, létt þeytt

175 g/6 oz/1½ bolli venjulegt hveiti (allur tilgangur)

2,5ml/½ tsk matarsódi (lyftiduft)

5 ml/1 tsk malaður kanill

Klípa af möluðum negul

Klípa af rifnum múskat

175 g/6 oz/1 bolli döðlur með gryfju, saxaðar

Blandið smjöri eða smjörlíki og sykrinum saman þar til þau eru orðin ljós og ljós. Bætið eggjunum út í smátt og smátt, þeytið vel eftir hverja viðbót. Hrærið restinni af hráefnunum saman við þar til það hefur blandast vel saman. Hellið í smurða og hveitistráða 23cm/9in fermetra form og bakið í forhituðum ofni við 180°C/350°F/hitastillir 4 í 25 mínútur þar til tannstöngull sem stungið er í miðjuna kemur hreinn út. Látið kólna og skerið síðan í sneiðar.

Döðlustangir og hafrar

gera 16

175 g/6 oz/1 bolli döðlur með gryfju, saxaðar

15 ml / 1 matskeið af gegnsæju hunangi

30 ml/2 msk vatn

225 g/8 oz/2 bollar heilhveiti (heilhveiti).

100g/4oz/1 bolli hafrar

100g/4oz/½ bolli sætur púðursykur

2/3 bolli/5 oz/150 g smjör eða smjörlíki, brætt

Sjóðið döðlurnar, hunangið og vatnið í litlum potti þar til döðlurnar eru orðnar mjúkar. Blandið saman hveiti, höfrum og sykri og blandið síðan bræddu smjöri eða smjörlíki saman við. Þrýstið helmingnum af blöndunni í smurt 7"/18cm ferningsform, stráið döðlublöndunni yfir, setjið síðan afganginn af hafrablöndunni yfir og þrýstið létt niður. Bakið í forhituðum ofni við 180°C/350°F/hitastillir 4 í 1 klukkustund þar til það er stíft og gullið. Látið kólna á pönnu, skerið í stangir á meðan það er enn heitt.

Döðlustangir og hnetur

gera 12

100g/4oz/½ bolli smjör eða smjörlíki, mildað

150g/5oz/2/3 bolli flórsykur (ofurfínn).

1 egg, létt þeytt

100g/4oz/1 bolli sjálfhækkandi hveiti

8 únsur / 11/3 bollar döðlur (pittaðar), saxaðar

100g/4oz/1 bolli saxaðar valhnetur

15 ml/1 msk mjólk (má sleppa)

100 g/4 oz/1 bolli venjulegt súkkulaði (hálfsætt)

Blandið smjöri eða smjörlíki og sykrinum saman þar til þau eru orðin ljós og ljós. Hrærið egginu saman við, síðan hveiti, döðlur og hnetur, bætið við smá mjólk ef blandan er of stíf. Hellið í smurt 30 x 20 cm/12 x 8 form og bakið í forhituðum ofni við 180°C/350°F/hitastillir 4 í 30 mínútur þar til það er stökkt. Látið kólna.

Bræðið súkkulaðið í hitaþolinni skál yfir potti með varlega sjóðandi vatni. Dreifið blöndunni yfir og látið kólna og harðna. Skerið í stangir með beittum hníf.

Fíkjustangir

gera 16

8 oz/225 g saxaðar ferskar fíkjur

30 ml/2 matskeiðar glært hunang

15 ml / 1 matskeið af sítrónusafa

225 g/8 oz/2 bollar heilhveiti (heilhveiti).

225 g/8 oz/2 bollar rúllaðir hafrar

225 g/8 oz/1 bolli smjör eða smjörlíki

75 g/3 oz/1/3 bolli sætur púðursykur

Sjóðið fíkjur, hunang og sítrónusafa við vægan hita í 5 mínútur. Látið kólna aðeins. Blandið hveiti og höfrum saman við, blandið síðan smjöri eða smjörlíki út í og blandið sykrinum saman við. Þrýstið helmingi blöndunnar í smurt 20 cm ferningsform og hellið svo fíkjublöndunni yfir. Toppið með afganginum af kökublöndunni og þrýstið vel á. Bakið í forhituðum ofni við 180°C/350°F/hitastillir 4 í 30 mínútur þar til þær eru gullnar. Látið kólna á pönnunni og skerið í sneiðar á meðan það er enn heitt.

Flapjacks

gera 16

75 g/3 oz/1/3 bolli smjör eða smjörlíki

50 g/2 oz/3 msk gullsíróp (létt maís)

100g/4oz/½ bolli sætur púðursykur

175 g/6oz/1½ bolli hafrar

Bræðið smjörið eða smjörlíkið með sírópinu og sykrinum og bætið síðan höfrunum út í. Þrýstið í smurða 8/20 cm ferninga form og bakið í ofni sem er forhitaður í 180°C/350°F/hitastillir 4 í um 20 mínútur þar til þær eru létt gullin. Látið kólna aðeins áður en skorið er í stangir, kælið síðan alveg á pönnunni áður en það er tekið úr mótun.

Cherry Flapjacks

gera 16

75 g/3 oz/1/3 bolli smjör eða smjörlíki

50 g/2 oz/3 msk gullsíróp (létt maís)

100g/4oz/½ bolli sætur púðursykur

175 g/6oz/1½ bolli hafrar

100 g/4oz/1 bolli gljáð (sykrað) kirsuber, hakkað

Bræðið smjörið eða smjörlíkið ásamt sírópinu og sykrinum og blandið síðan höfrunum og kirsuberjunum saman við. Þrýstið á smurða 8"/20cm ferningaform (bakka) og bakið í forhituðum ofni við 350°F/180°C/hitastillir 4 í um það bil 20 mínútur þar til þær eru ljósbrúnar. Látið kólna aðeins áður en skorið er í stangir, látið síðan kólna alveg á pönnunni áður en hún er tekin úr mótun.

Súkkulaðihlífar

gera 16

75 g/3 oz/1/3 bolli smjör eða smjörlíki

50 g/2 oz/3 msk gullsíróp (létt maís)

100g/4oz/½ bolli sætur púðursykur

175 g/6oz/1½ bolli hafrar

100g/4oz/1 bolli súkkulaðiflögur

Bræðið smjörið eða smjörlíkið með sírópinu og sykrinum og blandið síðan höfrum og súkkulaðibitum saman við. Þrýstið í smurt 8"/20cm ferningsform og bakið í forhituðum ofni við 350°F/180°C/hitastilli 4 í um 20 mínútur þar til þær eru létt gylltar. Látið kólna aðeins áður en þær eru skornar í stangir, látið kólna alveg í pönnuna áður en hún er tekin úr mótun.

Ávaxtabökur

gera 16

75 g/3 oz/1/3 bolli smjör eða smjörlíki

100g/4oz/½ bolli sætur púðursykur

50 g/2 oz/3 msk gullsíróp (létt maís)

175 g/6oz/1½ bolli hafrar

75 g/3 oz/½ bolli rúsínur, rúsínur eða aðrar hnetur

Bræðið smjörið eða smjörlíkið með sykrinum og sírópinu og blandið síðan höfrunum og rúsínunum saman við. Þrýstið á smurða 8"/20cm ferningaform (bakka) og bakið í forhituðum ofni við 350°F/180°C/hitastillir 4 í um það bil 20 mínútur þar til þær eru ljósbrúnar. Látið kólna aðeins áður en skorið er í stangir, látið síðan kólna alveg á pönnunni áður en hún er tekin úr mótun.

Ávextir og hnetur

gera 16

75 g/3 oz/1/3 bolli smjör eða smjörlíki

100 g/4 oz/1/3 bolli glært hunang

50 g/2 oz/1/3 bolli rúsínur

50 g/2 oz/½ bolli valhnetur, saxaðar

175 g/6oz/1½ bolli hafrar

Bræðið smjörið eða smjörlíkið með hunanginu við vægan hita. Blandið saman rúsínum, hnetum og höfrum og blandið vel saman. Hellið í smurt 23 cm ferningsform og bakið í forhituðum ofni við 180°C/350°F/hitastillir 4 í 25 mínútur. Látið kólna á pönnunni, skerið í stangir á meðan það er enn heitt.

Ginger Flapjacks

gera 16

75 g/3 oz/1/3 bolli smjör eða smjörlíki

100g/4oz/½ bolli sætur púðursykur

50 g/2 oz/3 msk síróp úr krukku af engifer

175 g/6oz/1½ bolli hafrar

4 stykki engifer, smátt saxað

Bræðið smjörið eða smjörlíkið með sykrinum og sírópinu og blandið síðan höfrunum og engiferinu saman við. Þrýstið í smurt 8"/20cm ferningsform og bakið í forhituðum ofni við 350°F/180°C/hitastilli 4 í um 20 mínútur þar til þær eru létt gylltar. Látið kólna aðeins áður en þær eru skornar í stangir, látið kólna alveg í pönnuna áður en hún er tekin úr mótun.

Valhnetupakkar

gera 16

75 g/3 oz/1/3 bolli smjör eða smjörlíki

50 g/2 oz/3 msk gullsíróp (létt maís)

100g/4oz/½ bolli sætur púðursykur

175 g/6oz/1½ bolli hafrar

100g/4oz/1 bolli saxaðar blandaðar hnetur

Bræðið smjörið eða smjörlíkið ásamt sírópinu og sykrinum og blandið síðan höfrunum og hnetunum saman við. Þrýstið í smurt 8"/20cm ferningsform og bakið í forhituðum ofni við 350°F/180°C/hitastilli 4 í um 20 mínútur þar til þær eru létt gylltar. Látið kólna aðeins áður en þær eru skornar í stangir, látið kólna alveg í pönnuna áður en hún er tekin úr mótun.

Stökkar sítrónusmjörkökur

gera 16

100g/4oz/1 bolli venjulegt hveiti (allur tilgangur)

100g/4oz/½ bolli smjör eða smjörlíki, mildað

75g/3oz/½ bolli flórsykur (sælgæti), sigtaður

2,5ml/½ tsk lyftiduft

Klípa af salti

30ml/2 msk sítrónusafi

10 ml/2 tsk rifinn sítrónubörkur

Blandið saman hveiti, smjöri eða smjörlíki, flórsykri og lyftidufti. Þrýstið í smurt 9"/23cm ferningsform og bakið í forhituðum ofni við 350°F/180°C/hitastillir 4 í 20 mínútur.

Blandið saman restinni af hráefnunum og þeytið þar til létt og ljóst. Hellið heitu soðinu út í, lækkið ofnhitann í 160°C/325°F/hitastillir 3 og setjið aftur í ofninn í 25 mínútur til viðbótar þar til hann er mjúkur að snerta. Látið kólna og skerið síðan í ferninga.

Rússkinns- og kókosflísar

gera 20

1 egg

100g/4oz/½ bolli flórsykur (ofurfínn).

100g/4oz/1 bolli venjulegt hveiti (allur tilgangur)

10 ml / 2 matskeiðar af lyftidufti

Klípa af salti

75ml/5 msk mjólk

75 g/3 oz/1/3 bolli smjör eða smjörlíki, brætt

15ml/1 msk kakóduft (ósykrað súkkulaði).

2,5 ml/½ teskeið vanillukjarna (þykkni)

Til að skreyta:

75g/3oz/½ bolli flórsykur (sælgæti), sigtaður

2 oz/¼ bolli/50 g smjör eða smjörlíki, brætt

45ml/3 msk heitt sterkt svart kaffi

15ml/1 msk kakóduft (ósykrað súkkulaði).

2,5 ml/½ teskeið vanillukjarna (þykkni)

25 g/1 oz/¼ bolli þurrkuð kókoshneta (rifin)

Hrærið eggin og sykurinn saman þar til þau verða ljós og ljós. Bætið hveiti, lyftidufti og salti saman við til skiptis ásamt mjólkinni og bræddu smjöri eða smjörlíki. Bætið kakói og vanilludropum út í. Hellið blöndunni í smurt 8"/20cm ferningsform og bakið í forhituðum ofni við 200°C/400°F/hitastillir 6 í 15 mínútur þar til hún er vel blásin og fjaðrandi viðkomu.

Til að búa til fyllinguna skaltu blanda saman flórsykri, smjöri eða smjörlíki, kaffi, kakói og vanilludropum. Dreifið yfir heita kökuna og stráið kókos yfir. Látið kólna á pönnunni, takið síðan úr forminu og skerið í ferninga.

Halló Dolly Cookies

gera 16

100g/4oz/½ bolli smjör eða smjörlíki

100g/4oz/1 bolli Digestive kex

(Graham kex mola

100g/4oz/1 bolli súkkulaðiflögur

100g/4oz/1 bolli þurrkuð kókoshneta (rifin)

100g/4oz/1 bolli saxaðar valhnetur

400g/14oz/1 stór dós þéttmjólk

Bræðið smjörið eða smjörlíkið og blandið smákökumolunum saman við. Þrýstið blöndunni í botninn á smurðu og álpappírsklædda 28 x 18 cm/11 x 7 brauðformi. Ég strá súkkulaðibitunum yfir, svo kókos og loks valhnetunum. Hellið þéttu mjólkinni út í og bakið í forhituðum ofni við 180°C/350°F/hitastillir 4 í 25 mínútur. Skerið á meðan það er enn heitt og látið kólna alveg.

Kókos og súkkulaðistykki

gera 12

75g/3oz/¾ bolli mjólkursúkkulaði

75 g/3 oz/¾ bolli venjulegt súkkulaði (hálfsætt)

75 g/3 oz/1/3 bolli stökkt hnetusmjör

3 oz/¾ bolli/75 g meltingarkex (Graham kex)

3 oz/¾ bolli valhnetur, muldar

75 g/3 oz/¾ bolli þurrkuð kókos (rifin)

75 g/3 oz/¾ bolli hvítt súkkulaði

Bræðið mjólkursúkkulaðið í hitaþolinni skál yfir potti með varlega sjóðandi vatni. Smyrjið botninn á ferningsformi sem er 23 cm í þvermál og látið harðna.

Bræðið dökka súkkulaðið og hnetusmjörið varlega við vægan hita og hrærið síðan kexmylsnunni, valhnetunum og kókosnum saman við. Dreifið yfir hert súkkulaði og geymið í kæli þar til það er harðnað.

Bræðið hvíta súkkulaðið í hitaþolinni skál yfir potti með varlega sjóðandi vatni. Stráið kökunum í mynstur og látið harðna áður en þær eru skornar í stangir.

Kassar af heslihnetum

gera 12

75 g/3 oz/¾ bolli venjulegt súkkulaði (hálfsætt)

2 oz/¼ bolli/50 g smjör eða smjörlíki

100g/4oz/½ bolli flórsykur (ofurfínn).

2 egg

5 ml/1 tsk vanillukjarna (þykkni)

75 g/3 oz/¾ bolli venjulegt hveiti (allur tilgangur)

2,5ml/½ tsk lyftiduft

100g/4oz/1 bolli saxaðar blandaðar hnetur

Bræðið súkkulaðið í hitaþolinni skál yfir potti með varlega sjóðandi vatni. Hrærið smjörið út í þar til það er bráðið, hrærið síðan sykrinum út í. Takið af hellunni og blandið eggjunum og vanilluþykkni saman við. Blandið saman hveiti, lyftidufti og hnetum. Hellið blöndunni í 25 cm/10 ferningsform og bakið í forhituðum ofni við 180°C/350°F/hitastillir 4 í 15 mínútur þar til hún er gullin. Skerið í litla ferninga á meðan það er enn heitt.

Appelsínupekansneiðar

gera 16

375 g/13 oz/3¼ bollar venjulegt hveiti (allur tilgangur)

275g/10oz/1¼ bollar flórsykur (ofurfínn).

5 ml/1 msk lyftiduft

75 g/3 oz/1/3 bolli smjör eða smjörlíki

2 egg, þeytt

175 ml/6 fl oz/¾ bolli mjólk

1 lítil dós/7oz/200g mandarínur, tæmd og gróft hakkað

100g/4oz/1 bolli saxaðar pekanhnetur

Fínn börkur af 2 appelsínum

10 ml/2 tsk malaður kanill

Blandið 3 bollum/12 oz/325 g hveiti, 1 bolli/8 oz/225 g sykri og lyftidufti. Bræðið ¼ bolli/50 g smjör eða smjörlíki og blandið eggjunum og mjólkinni saman við. Blandið vökvanum varlega saman við þurrefnin þar til það er slétt. Blandið saman mandarínum, pekanhnetum og appelsínuberknum. Hellið í smurt og klætt 30 x 20 cm form. Nuddið restinni af hveitinu, sykri, smjöri og kanil og stráið yfir kökuna. Bakið í forhituðum ofni við 180°C/350°F/hitastillir 4 í 40 mínútur þar til þær eru gullnar. Látið kólna á pönnunni og skerið í um 16 sneiðar.

garðurinn

Gerir 16 ferninga

100 g/4 oz/½ bolli svínahryggur (stutt)

100g/4oz/½ bolli smjör eða smjörlíki

75 g/3 oz/1/3 bolli sætur púðursykur

100 g/4 oz/1/3 bolli gullsíróp (létt maís)

100 g/4 oz/1/3 bolli dökkt síróp (melassi)

10 ml/2 tsk matarsódi (lyftiduft)

150 ml/¼ pt/2/3 bolli mjólk

225 g/8 oz/2 bollar heilhveiti (heilhveiti).

225 g/8 oz/2 bollar rúllaðir hafrar

10 ml/2 tsk malað engifer

2,5 ml/½ tsk salt

Bræðið smjör, smjör eða smjörlíki, sykur, síróp og síróp í potti. Leysið upp natríumbíkarbónatið í mjólkinni og blandið í pottinn við restina af hráefninu. Hellið í smurt og fóðrað 20cm/8" ferningaform og bakið í ofni sem er forhitaður í 325°F/160°C/hitastillir 3 í 1 klukkustund þar til það hefur stífnað. Það getur fallið í miðjuna. Látið kólna og geymið síðan í nokkra daga í loftþéttu íláti áður en það er skorið í sneiðar og borið fram.

hnetusmjörsstangir

gera 16

100g/4oz/1 bolli smjör eða smjörlíki

175 g/6 oz/1¼ bolli venjulegt hveiti (allur tilgangur)

175 g/6oz/¾ bolli sætur púðursykur

75 g/3 oz/1/3 bolli hnetusmjör

Klípa af salti

1 lítil eggjarauða, þeytt

2,5 ml/½ teskeið vanillukjarna (þykkni)

100 g/4 oz/1 bolli venjulegt súkkulaði (hálfsætt)

2 oz/50 g uppblásnar hrísgrjónaflögur

Nuddaðu smjörinu eða smjörlíkinu inn í hveitið þar til blandan líkist brauðrasp. Blandið saman sykrinum, 2 msk / 30 ml af hnetusmjöri og saltinu. Bætið eggjarauðu og vanilludropum saman við og blandið þar til það hefur blandast vel saman. Þrýstið á 25 cm/10 tommu fermetra pönnu. Bakið í forhituðum ofni við 160°C/325°F/hitastilli 3 í 30 mínútur þar til það er blásið og fjaðrandi viðkomu.

Bræðið súkkulaðið í hitaþolinni skál yfir potti með varlega sjóðandi vatni. Takið af hitanum og hrærið afganginum af hnetusmjörinu saman við. Hrærið morgunkorninu saman við og blandið vel saman þar til það er húðað með súkkulaðiblöndunni. Hellið kökunni og sléttið yfirborðið. Látið kólna, geymið síðan í kæli og skerið í stangir.

Picnic diskar

gera 12

225 g/8 oz/2 bollar venjulegt súkkulaði (hálfsætt).

2 oz/¼ bolli/50 g smjör eða smjörlíki, mildað

100g/4oz/½ bolli kornsykur

1 egg, létt þeytt

100g/4oz/1 bolli þurrkuð kókoshneta (rifin)

50 g/2 oz/1/3 bolli rúsínur (gylltar rúsínur)

2 oz/50 g/¼ bolli gljáð (sykrað) kirsuber, hakkað

Bræðið súkkulaðið í hitaþolinni skál yfir potti með varlega sjóðandi vatni. Hellið í botninn á smurðu og fóðruðu 30 x 20 cm / 12 x 8 Swiss Roll mót. Blandið smjöri eða smjörlíki og sykrinum saman þar til þau eru orðin ljós og ljós. Bætið egginu út í smátt og smátt og blandið svo kókos, rúsínum og kirsuber út í. Dreifið yfir súkkulaðið og bakið í forhituðum ofni við 150°C/300°F/hitastillir 3 í 30 mínútur þar til það er gullið. Látið kólna og skerið síðan í sneiðar.

Boðið var upp á ananas og kókos

gera 20

1 egg

100g/4oz/½ bolli flórsykur (ofurfínn).

75 g/3 oz/¾ bolli venjulegt hveiti (allur tilgangur)

5 ml/1 msk lyftiduft

Klípa af salti

75ml/5 msk vatn

Til að skreyta:

200g/7oz/1 lítil dós ananas, tæmd og saxaður

25 g/1 oz/2 msk smjör eða smjörlíki

50g/2oz/¼ bolli flórsykur (ofurfínn).

1 eggjarauða

25 g/1 oz/¼ bolli þurrkuð kókoshneta (rifin)

5 ml/1 tsk vanillukjarna (þykkni)

Þeytið eggin og sykurinn þar til þau eru glær og ljós. Bætið hveiti, lyftidufti og salti saman við vatnið til skiptis. Hellið í smurt og hveitistráð 18cm ferningsform og bakið í forhituðum ofni við 400°F/200°C/hitastillir 6 í 20 mínútur þar til það er vel þeytt og fjaðrandi viðkomu. Setjið ananasinn á heitu kökuna. Hitið restina af fyllingarhráefnunum í litlum potti við vægan hita, hrærið stöðugt í þar til það hefur blandast vel saman, en látið blönduna ekki sjóða. Hellið ananasinn yfir og setjið kökuna aftur í ofninn í 5 mínútur til viðbótar þar til áleggið er gullinbrúnt. Látið kólna á pönnunni í 10 mínútur,

Plómugerkaka

gera 16

15 g/½ oz ferskt ger eða 20 ml/4 msk þurrger

50g/2oz/¼ bolli flórsykur (ofurfínn).

¼ pkt/150 ml/2/3 bolli heit mjólk

2 oz/¼ bolli/50 g smjör eða smjörlíki, brætt

1 egg

1 eggjarauða

2¼ bollar/250 g venjulegt hveiti (allur tilgangur)

5 ml/1 tsk fínt rifinn sítrónubörkur

1½ lb / 675 g plómur, skornar í fjórðunga og gryfjaðar

Flórsykur, sigtaður, til að strá yfir

malaður kanill

Blandið gerinu saman við 5ml/1msk sykur og smá heitri mjólk og látið standa á heitum stað í 20 mínútur þar til froðukennt er. Þeytið afganginn af sykri og mjólk með bræddu smjöri eða smjörlíki, egginu og eggjarauðunni. Blandið hveiti og sítrónuberki saman í skál og gerið holu í miðjunni. Blandið gerblöndunni og eggjablöndunni smám saman út í þar til þú færð slétt deig. Þeytið þar til deigið er mjög slétt og loftbólur byrja að myndast á yfirborðinu. Þrýstið varlega á smurt og hveitistráð 25 cm/10" fermetra form (form). Setjið plómur vel ofan á deigið. Hyljið með smurðri plastfilmu (plastfilmu) og látið hefast á hlýjum stað í 1 klukkustund þar til hún hefur tvöfaldast að stærð. Bakið í forhituðum ofni við 200°C/400°F/hitastillir 6, lækkið síðan ofnhitann strax í 190°C/375°F/hitastilli 5 og eldið í 45 mínútur. Lækkið ofnhitann aftur við 180°C /350°F/hitastillir 4 og bakið í 15 mínútur í viðbót þar til hún er gullin. Stráið flórsykri og kanil yfir kökuna á meðan hún er enn heit, látið kólna og skerið í ferninga.

Amerískir graskersstangir

gera 20

2 egg

175 g/6oz/¾ bolli flórsykur (ofurfínn).

120 ml/4 oz/½ bolli olía

225g/8oz skorið soðið grasker í teningum

100g/4oz/1 bolli venjulegt hveiti (allur tilgangur)

5 ml/1 msk lyftiduft

5 ml/1 tsk malaður kanill

2,5ml/½ tsk matarsódi (lyftiduft)

50 g/2 oz/1/3 bolli rúsínur (gylltar rúsínur)

Rjómaost frosting

Þeytið eggin létt og froðukennd, blandið síðan saman sykrinum og olíunni og blandið graskerinu saman við. Þeytið hveiti, lyftiduft, kanil og matarsóda þar til það hefur blandast vel saman. Snertu sultanana. Hellið blöndunni í smurt og hveitistráð 30 x 20 cm/12 x 8 cm springform og bakið í forhituðum ofni við 180°C/350°F/hitastillir 4 í 30 mínútur þar til tannstöngull sem stungið er í miðjuna kemur hreinn út. Látið kólna, smyrjið síðan með rjómaosti og skerið í stangir.

Kvína og möndlustangir

gera 16

450 g/1 pund kviður

50 g/2 oz/¼ bolli svínahryggur (stutt)

2 oz/¼ bolli/50 g smjör eða smjörlíki

100g/4oz/1 bolli venjulegt hveiti (allur tilgangur)

30 ml/2 msk flórsykur (ofurfínn).

Um 30 ml / 2 matskeiðar af vatni

Fyrir fyllinguna:

75 g/3 oz/1/3 bolli smjör eða smjörlíki, mildað

100g/4oz/½ bolli flórsykur (ofurfínn).

2 egg

Nokkrir dropar af möndluþykkni (útdráttur)

100g/4oz/1 bolli malaðar möndlur

25 g/1 oz/¼ bolli venjulegt hveiti (allur tilgangur)

50 g/2 oz/½ bolli flögaðar möndlur

Afhýðið, fræhreinsið og saxið kviðurnar smátt. Setjið í pott og hyljið aðeins með vatni. Látið suðuna koma upp og látið malla í um 15 mínútur þar til það er mjúkt. Tæmdu umfram vatnið.

Nuddið smjörfeiti og smjöri eða smjörlíki inn í hveitið þar til blandan líkist brauðrasp. Blandið sykrinum saman við. Bætið við nægu vatni til að verða mjúkt deig, snúið síðan út á létt hveitistráð yfirborð og notaðið til að klæða botn og hliðar á 12 x 8/30 x 20 cm pönnu. Stungið með gaffli. Notaðu skálina til að raða quinces á deigið.

Blandið saman smjöri eða smjörlíki og sykrinum og blandið smám saman eggjunum og möndlukjarnanum saman við. Bætið möluðu möndlunum og hveitinu út í og hellið yfir kviðurnar. Stráið möndlunum yfir og bakið í forhituðum ofni við 180°C/350°F/hitastillir 4 í 45 mínútur þar til þær eru stífar og gullnar. Skerið í ferninga þegar þeir hafa kólnað.

Rúsínustangir

gera 12

175 g/6 oz/1 bolli rúsínur

250 ml/8 oz/1 bolli vatn

75ml/5 msk olía

225g/8oz/1 bolli flórsykur (ofurfínn).

1 egg, létt þeytt

200g/7oz/1¾ bolli venjulegt hveiti (allur tilgangur)

1,5 ml/¼ teskeið salt

5ml/1 tsk matarsódi (lyftiduft)

5 ml/1 tsk malaður kanill

2,5ml/½ teskeið rifinn múskat

2,5ml/½ teskeið malaður pipar

Klípa af möluðum negul

50g/2oz/½ bolli súkkulaðiflögur

50 g/2 oz/½ bolli valhnetur, saxaðar

2 matskeiðar / 30 ml flórsykur (sælgæti), sigtað

Sjóðið rúsínurnar og vatnið, bætið svo olíunni út í, takið af hellunni og látið kólna aðeins. Blandið kornsykri og eggjum út í. Blandið saman hveiti, salti, matarsóda og kryddi. Blandið rúsínublöndunni saman við og blandið síðan súkkulaðibitunum og valhnetunum saman við. Hellið í smurt 12"/30cm ferningsform og bakið í forhituðum ofni við 375°F/190°C/hitastillir 5 í 25 mínútur þar til kakan fer að skreppa saman um hliðar formsins. Látið kólna áður en hún er strokið með sleikju. sykur og skera í stangir.

Haframjöl ferningur með hindberjum

gera 12

175 g/6 oz/¾ bolli smjör eða smjörlíki

225 g/8 oz/2 bollar sjálfhækkandi hveiti (sjálf lyftandi)

5 ml/1 msk salt

175 g/6oz/1½ bolli hafrar

175 g/6oz/¾ bolli flórsykur (ofurfínn).

11oz/300g dós miðlungs hindber, tæmd

Nuddaðu smjörinu eða smjörlíkinu í hveitið og saltið og blandaðu síðan höfrunum og sykrinum saman við. Þrýstið helmingnum af blöndunni í smurt 10/25 cm ferningsform. Raðið hindberjunum ofan á og setjið restina af blöndunni yfir og þrýstið vel. Bakið í forhituðum ofni við 200°C/400°F/hitastillir 6 í 20 mínútur. Látið kólna aðeins á pönnunni áður en það er skorið í ferninga.

Kanill marengs

gera 24

75g/3oz/½ bolli flórsykur (sælgæti), sigtaður

100g/4oz/1 bolli venjulegt hveiti (allur tilgangur)

100g/4oz/½ bolli smjör eða smjörlíki, mildað

1 egg

225 g/8 oz/2/3 bolli sulta (niðursoðnir ávextir)

2 eggjahvítur

100g/4oz/½ bolli flórsykur (ofurfínn).

2,5ml/½ teskeið malaður kanill

Blandið saman flórsykri, hveiti, smjöri eða smjörlíki og eggjum. Þrýstið blöndunni í botninn á smurðu 25 cm ferningsformi og bakið í forhituðum ofni við 180°C/350°F/hitastillir 4 í 10 mínútur. Takið úr ofninum og smyrjið sultunni ofan á. Þeytið eggjahvíturnar þar til mjúkir toppar myndast, blandið síðan kornsykri og kanil saman við þar til þær verða stífar og gljáandi. Dreifið sultunni ofan á og setjið aftur í ofninn í 25 mínútur þar til hún er gullin. Látið kólna og skerið síðan í ferninga.

Frosting Frosting

Nóg til að þekja 8"/20 cm köku

2/3 bolli/4 oz/100 g kornaður (sælgætis) sykur, sigtaður

25-30ml/1½-2 msk vatn

Nokkrir dropar af matarlit (valfrjálst)

Hellið sykrinum í skál og blandið smátt og smátt saman við vatnið þar til gljáinn er orðinn einsleitur. Litaðu með nokkrum dropum af matarlit ef vill. Frostið verður ógagnsætt ef það er dreift yfir kaldar smákökur eða hálfgagnsætt ef það er dreift yfir heitar kökur.

Ís kaffi frosting

Nóg til að þekja 8"/20 cm köku

2/3 bolli/4 oz/100 g kornaður (sælgætis) sykur, sigtaður

25–30 ml/1½–2 msk mjög sterkt svart kaffi

Hellið sykrinum í skál og blandið kaffinu saman við smátt og smátt þar til frostið er slétt.

Sítrónu gljáa

Nóg til að þekja 8"/20 cm köku

2/3 bolli/4 oz/100 g kornaður (sælgætis) sykur, sigtaður

25-30ml/1½-2 msk sítrónusafi

Fínt rifinn börkur af 1 sítrónu

Setjið sykurinn í skál og blandið sítrónusafanum og berkinum saman við smátt og smátt þar til gljáinn er orðinn einsleitur.

Appelsínugulur gljái

Nóg til að þekja 8"/20 cm köku

2/3 bolli/4 oz/100 g kornaður (sælgætis) sykur, sigtaður

25–30 ml/1½–2 msk appelsínusafi

fínt rifinn börkur af 1 appelsínu

Setjið sykurinn í ílát og blandið appelsínusafanum og hýðinu saman við smátt og smátt þar til gljáinn er orðinn sléttur.

Iced Rom Frosting

Nóg til að þekja 8"/20 cm köku

2/3 bolli/4 oz/100 g kornaður (sælgætis) sykur, sigtaður

25-30ml/1½-2 msk romm

Setjið sykurinn í skál og blandið romminu saman við smá í einu þar til gljáinn er sléttur.

Frosið vanillufrost

Nóg til að þekja 8"/20 cm köku

2/3 bolli/4 oz/100 g kornaður (sælgætis) sykur, sigtaður

25 ml / 1½ msk vatn

Nokkrir dropar af vanilluþykkni (þykkni)

Setjið sykurinn í skál og blandið smátt og smátt vatninu og vanilludropunum saman þar til ísinn er sléttur.

Bakað súkkulaðifrost

Nóg til að þekja 9"/23 cm köku

275g/10oz/1¼ bollar flórsykur (ofurfínn).

100 g/4 oz/1 bolli venjulegt súkkulaði (hálfsætt)

50g/2oz/¼ bolli kakóduft (ósykrað súkkulaði)

120 ml/4 oz/½ bolli vatn

Hitið allt hráefnið að suðu, hrærið þar til það hefur blandast vel saman. Eldið við meðalhita þar til 108°C/220°F eða þar til langur strengur myndast þegar dregið er á milli tveggja teskeiða. Hellið í breiða skál og þeytið þar til það er þykkt og gljáandi.

Súkkulaði- og kókosfylling

Nóg til að þekja 9"/23 cm köku

175 g/6oz/1½ bolli venjulegt súkkulaði (hálfsætt)

90ml/6 msk sjóðandi vatn

225 g/8 oz/2 bollar þurrkuð kókos (rifin)

Myldu súkkulaðið og vatnið í blandara eða matvinnsluvél, bætið síðan kókosnum út í og blandið þar til það er slétt. Stráið sléttu kökunum yfir á meðan þær eru enn heitar.

Karamellu álegg

Nóg til að þekja 9"/23 cm köku

2 oz/¼ bolli/50 g smjör eða smjörlíki

45ml/3 msk kakóduft (ósykrað súkkulaði).

60ml/4 msk mjólk

2½ bollar/15 oz/425 g flórsykur (sælgæti), sigtaður

5 ml/1 tsk vanillukjarna (þykkni)

Bræðið smjörið eða smjörlíkið í litlum potti og blandið síðan kakóinu og mjólkinni saman við. Látið suðuna koma upp, hrærið stöðugt í og takið síðan af hitanum. Bætið við smátt og smátt sykri og vanilludropum og þeytið þar til slétt.

Sætt rjómaostafylling

Nóg til að þekja 12"/30cm köku

100g/4oz/½ bolli rjómaostur

25g/1oz/2msk smjör eða smjörlíki, mildað

2 bollar/12 oz/350 g duftformaður (sælgætis) sykur, sigtaður

5 ml/1 tsk vanillukjarna (þykkni)

30ml/2 msk glært hunang (valfrjálst)

Þeytið rjómaostinn og smjörið eða smjörlíkið þar til þau verða ljós og loftkennd. Blandið sykri og vanilludropum smám saman út í þar til það er slétt. Sætið með smá hunangi ef vill.

American Velvet Frosting

Nóg til að þekja tvær 9"/23cm kökur

175 g/6oz/1½ bolli venjulegt súkkulaði (hálfsætt)

120 ml / 4 fl oz / ½ bolli sýrður rjómi (mjólkursýra)

5 ml/1 tsk vanillukjarna (þykkni)

Klípa af salti

400g/14oz/21/3 bollar flórsykur (sælgæti), sigtaður

Bræðið súkkulaðið í hitaþolinni skál yfir potti með varlega sjóðandi vatni. Takið af hellunni og blandið saman rjóma, vanilluþykkni og salti. Blandið sykrinum smám saman út í þar til það er slétt.

smjörkrem

Nóg til að þekja 9"/23 cm köku

2 oz/¼ bolli/50 g smjör eða smjörlíki, mildað

250 g/9oz/1½ bollar duftformi (konfekt) sykur, sigtaður

5 ml/1 tsk vanillukjarna (þykkni)

30ml/2 msk rjómi (létt)

Hrærið smjörið eða smjörlíkið þar til það er slétt, blandið síðan sykri, vanilludropum og rjóma smám saman saman við þar til það er slétt og rjómakennt.

Karamellu gljáa

Nóg til að fylla og hylja 9"/23 cm köku

100g/4oz/½ bolli smjör eða smjörlíki

225g/8oz/1 bolli sætur púðursykur

60ml/4 msk mjólk

2 bollar/12 oz/350 g duftformaður (sælgætis) sykur, sigtaður

Bræðið smjörið eða smjörlíkið og sykurinn við vægan hita, hrærið stöðugt í, þar til það hefur blandast saman. Bætið mjólkinni út í og látið sjóða. Takið af hitanum og látið kólna. Þeytið flórsykurinn þar til hann er smurhæfur.

Sítrónu gljáa

Nóg til að þekja 9"/23 cm köku

25 g/1 oz/2 msk smjör eða smjörlíki

5 ml/1 msk rifinn sítrónubörkur

30ml/2 msk sítrónusafi

250 g/9oz/1½ bollar duftformi (konfekt) sykur, sigtaður

Blandið smjöri eða smjörlíki og sítrónuberknum saman þar til þau verða ljós og loftkennd. Blandið sítrónusafanum og sykrinum smám saman út í þar til slétt er.

Kaffismjörkrem

Nóg til að fylla og hylja 9"/23 cm köku

1 eggjahvíta

75 g/3 oz/1/3 bolli smjör eða smjörlíki, mildað

30ml/2 msk heit mjólk

5 ml/1 tsk vanillukjarna (þykkni)

15ml/1 msk skyndikaffikorn

Klípa af salti

2 bollar/12 oz/350 g flórsykur (sælgæti), sigtaður

Blandið saman eggjahvítum, smjöri eða smjörlíki, heitri mjólk, vanilludropum, kaffi og salti. Blandið flórsykrinum smám saman út í þar til það er slétt.

Lady Baltimore Frosting

Nóg til að fylla og hylja 9"/23 cm köku

1/3 bolli/2 oz/50 g rúsínur, saxaðar

2 oz/50 g/¼ bolli gljáð (sykrað) kirsuber, hakkað

2 oz/½ bolli/50 g saxaðar pekanhnetur

25 g/1 oz/3 msk saxaðar þurrkaðar fíkjur

2 eggjahvítur

350g/12oz/1½ bollar flórsykur (ofurfínn).

Dapur af rjóma af tartar

75ml/5 msk kalt vatn

Klípa af salti

5 ml/1 tsk vanillukjarna (þykkni)

Blandið saman rúsínum, kirsuberjum, valhnetum og fíkjum. Þeytið eggjahvítur, sykur, vínsteinsrjóma, vatn og salt í hitaþolinni skál yfir potti með varlega sjóðandi vatni í um það bil 5 mínútur þar til stífir toppar myndast. Takið af hellunni og blandið vanilludropum saman við. Blandið ávöxtunum saman við þriðjung af frostinu og notið það til að fylla kökuna, dreifið svo restinni yfir toppinn og hliðarnar á kökunni.

hvítur glerungur

Nóg til að þekja 9"/23 cm köku

225g/8oz/1 bolli flórsykur

1 eggjahvíta

30 ml/2 msk vatn

15ml/1 msk gullsíróp (létt maís)

Blandið sykrinum, eggjahvítunum og vatni saman í hitaþolinni skál yfir potti með varlega sjóðandi vatni. Haltu áfram að þeyta í allt að 10 mínútur þar til blandan þykknar og myndar stífa toppa. Takið af hellunni og bætið sírópinu út í. Haltu áfram að berja þar til þú færð breitt samkvæmni.

Rjómahvítt frosting

Nóg til að fylla og hylja 9"/23 cm köku

75ml/5 msk rjómi (létt)

5 ml/1 tsk vanillukjarna (þykkni)

75 g/3 oz/1/3 bolli rjómaostur

2 matskeiðar/10 ml smjör eða smjörlíki, mjúkt

Klípa af salti

2 bollar/12 oz/350 g duftformaður (sælgætis) sykur, sigtaður

Blandið saman rjóma, vanilluþykkni, rjómaosti, smjöri eða smjörlíki og salti til að fá einsleitt deig. Blandið flórsykrinum smám saman út í þar til það er slétt.

dúnkenndur hvítur frostingur

Nóg til að fylla og hylja 9"/23 cm köku

2 eggjahvítur

350g/12oz/1½ bollar flórsykur (ofurfínn).

Dapur af rjóma af tartar

75ml/5 msk kalt vatn

Klípa af salti

5 ml/1 tsk vanillukjarna (þykkni)

Þeytið eggjahvítur, sykur, vínsteinsrjóma, vatn og salt í hitaþolinni skál yfir potti með sjóðandi vatni í um það bil 5 mínútur þar til stífir toppar myndast. Takið af hellunni og blandið vanilludropum saman við. Notaðu það til að brjóta kökuna saman og dreifðu svo restinni yfir toppinn og hliðarnar á kökunni.

púðursykurfrost

Nóg til að þekja 9"/23 cm köku

225g/8oz/1 bolli sætur púðursykur

1 eggjahvíta

30 ml/2 msk vatn

5 ml/1 tsk vanillukjarna (þykkni)

Blandið sykrinum, eggjahvítunum og vatni saman í hitaþolinni skál yfir potti með varlega sjóðandi vatni. Haltu áfram að þeyta í allt að 10 mínútur þar til blandan þykknar og myndar stífa toppa. Takið af hellunni og bætið vanilludropum út í. Haltu áfram að berja þar til þú færð breitt samkvæmni.

Vanillusmjörkrem

Nóg til að fylla og hylja 9"/23 cm köku

1 eggjahvíta

75 g/3 oz/1/3 bolli smjör eða smjörlíki, mildað

30ml/2 msk heit mjólk

5 ml/1 tsk vanillukjarna (þykkni)

Klípa af salti

2 bollar/12 oz/350 g flórsykur (sælgæti), sigtaður

Blandið saman eggjahvítum, smjöri eða smjörlíki, heitri mjólk, vanilludropum og salti. Blandið flórsykrinum smám saman út í þar til það er slétt.

vanillukrem

Gerir 1 qt./2½ bollar/600 ml

100g/4oz/½ bolli flórsykur (ofurfínn).

50 g/2 oz/¼ bolli maísmjöl (maissterkja)

4 eggjarauður

600 ml/1 pkt/2½ bollar mjólk

1 vanillustöng (stöng)

Flórsykur, sigtaður, til að strá yfir

Þeytið helminginn af sykrinum með maísmjölinu og eggjarauðunum þar til það hefur blandast vel saman. Sjóðið restina af sykrinum og mjólkinni með vanillustönginni. Þeytið sykurblönduna út í heitu mjólkina, látið suðuna koma upp aftur og þeytið stöðugt í 3 mínútur þar til hún þykknar. Hellið í skál, stráið flórsykri yfir til að koma í veg fyrir húðmyndun og látið kólna. Þeytið aftur fyrir notkun.

Fylling á rjóma

Nóg til að fylla 9"/23 cm köku

325 ml/11 oz/11/3 bollar mjólk

45ml/3 msk maísmjöl (maissterkja)

60 g/2½ oz/1/3 bolli flórsykur (ofurfínn).

1 egg

15 ml/1 matskeið smjör eða smjörlíki

5 ml/1 tsk vanillukjarna (þykkni)

Blandið 30ml/2 msk af mjólk saman við maísmjöl, sykur og egg. Færið afganginn af mjólkinni rétt undir suðumark í litlum potti. Hrærið heitu mjólkinni smám saman út í eggjablönduna. Skolið pottinn, hellið svo blöndunni á pönnuna og hrærið við vægan hita þar til hún þykknar. Bætið við smjöri eða smjörlíki og vanilludropum. Hyljið með smjörpappír (vaxpappír) og látið kólna.

Dönsk rjómafylling

Gerir 1¼ bolla/750ml

2 egg

50g/2oz/¼ bolli flórsykur (ofurfínn).

50 g/2 oz/½ bolli venjulegt hveiti (allur tilgangur)

600 ml/1 pkt/2½ bollar mjólk

¼ vanillustöng (belgur)

Blandið eggjum og sykri þar til það er þykkt. Bætið hveitinu út í smátt og smátt. Sjóðið mjólkina og vanillustöngina. Fjarlægðu vanillustöngina og hrærðu mjólkinni út í eggjablönduna. Setjið aftur í pottinn og látið malla í 2-3 mínútur, hrærið stöðugt í. Látið kólna áður en það er notað.

Rík dönsk vanilósafylling

Gerir 1¼ bolla/750ml

4 eggjarauður

30 ml/2 msk kornsykur

25ml/1½ msk venjulegt hveiti (allur tilgangur)

10 ml / 2 matskeiðar af kartöflusterkju

450 ml/¾ pt/2 bollar þungur rjómi (létt)

Nokkrir dropar af vanilluþykkni (þykkni)

¼ pt/2/3 bolli/150 ml tvöfaldur (þungur) rjómi, þeyttur

Blandið eggjarauðunum, sykri, hveiti og rjóma saman í pott. Þeytið yfir meðalhita þar til blandan fer að þykkna. Bætið vanilluþykkni út í og látið kólna. Blandið þeyttum rjómanum út í.

vanilósa

Gerir 1¼ bolli/½ pkt/300ml

2 egg, aðskilin

45ml/3 msk maísmjöl (maissterkja)

300 ml/½ pkt/1¼ bolli mjólk

Nokkrir dropar af vanilluþykkni (þykkni)

50g/2oz/¼ bolli flórsykur (ofurfínn).

Blandið saman eggjarauðunum, maísmjölinu og mjólkinni í litlum potti þar til það hefur blandast vel saman. Látið suðuna koma upp við meðalháan hita og eldið í 2 mínútur, hrærið stöðugt í. Bætið vanilluþykkni út í og látið kólna.

Þeytið eggjahvíturnar þar til þær eru stífar, bætið síðan helmingnum af sykrinum út í og þeytið aftur þar til stífir toppar myndast. Blandið restinni af sykrinum saman við. Þeytið rjómablönduna og geymið í kæli þar til hún er tilbúin til notkunar.

Engiferkremsfylling

Nóg til að fylla 9"/23 cm köku

100g/4oz/½ bolli smjör eða smjörlíki, mildað

450 g/1 lb/22/3 bollar flórsykur (sælgæti), sigtaður

5 ml/1 tsk malað engifer

30ml/2 msk mjólk

75 g/3 oz/¼ bolli dökkt síróp (melassi)

Þeytið smjörið eða smjörlíkið með sykri og engifer þar til það er ljóst og rjómakennt. Blandið mjólkinni og sírópinu smám saman út í þar til það er slétt og smurt. Ef fyllingin er of þunn, bætið þá við smá sykri.

Sítrónuskreyting

Gerir 8 fl oz/1 bolli/250 ml

100g/4oz/½ bolli flórsykur (ofurfínn).

30ml/2 msk maísmjöl (maissterkja)

60ml/4 msk sítrónusafi

15 ml / 1 matskeið rifinn sítrónubörkur

120 ml/4 oz/½ bolli vatn

Klípa af salti

15 ml/1 matskeið smjör eða smjörlíki

Blandið öllum hráefnum nema smjöri eða smjörlíki saman í litlum potti við lágan hita og hrærið varlega þar til það hefur blandast vel saman. Látið suðuna koma upp og eldið í 1 mínútu. Blandið smjörinu eða smjörlíkinu saman við og látið kólna. Kælið fyrir notkun.

Súkkulaði gljáa

Nóg til að frysta 10"/25cm köku

2 oz/½ bolli/50 g venjulegt (hálfsætt) súkkulaði, saxað

2 oz/¼ bolli/50 g smjör eða smjörlíki

2,5 ml/½ teskeið vanillukjarna (þykkni)

75ml/5 msk sjóðandi vatn

2 bollar/12 oz/350 g duftformaður (sælgætis) sykur, sigtaður

Blandið öllu hráefninu í blandara eða matvinnsluvél þar til það er slétt, þrýstið hráefninu saman eftir þörfum. Notaðu strax.

ávaxtakökufrost

Nóg til að frysta 10"/25cm köku

75 ml/5 msk gullsíróp (létt maís)

60ml/4 msk ananas- eða appelsínusafi

Blandið sírópinu og safanum saman í litlum potti og látið suðuna koma upp. Takið af hitanum og penslið blönduna yfir toppinn og hliðarnar á kældri köku. Látum það taka Sjóðið frostið aftur og penslið annað lag yfir kökuna.

Appelsínugult ávaxtakökufrosting

Nóg til að frysta 10"/25cm köku

50g/2oz/¼ bolli flórsykur (ofurfínn).

30ml/2 msk appelsínusafi

10 ml/2 tsk rifinn appelsínubörkur

Blandið hráefnunum saman í lítinn pott og látið suðuna koma upp, hrærið stöðugt í. Takið af hitanum og penslið blönduna yfir toppinn og hliðarnar á kældri köku. Látum það taka Sjóðið frostið aftur og penslið annað lag yfir kökuna.

Möndlu marengs ferningur

gera 12

225 g/8oz smjördeig

60 ml/4 msk hindberjasulta (niðursoðinn)

2 eggjahvítur

50 g/2 oz/½ bolli malaðar möndlur

100g/4oz/½ bolli flórsykur (ofurfínn).

Nokkrir dropar af möndluþykkni (útdráttur)

25 g/1 oz/¼ bolli flögnar möndlur

Fletjið deigið út (deigið) og notið það til að klæða smurt 12 x 8/30 x 20 cm form. Smyrjið með sultu. Þeytið eggjahvíturnar þar til þær eru stífar og blandið möndlunum, sykrinum og möndlukjarna varlega saman við. Smyrjið sultu og stráið möndlum yfir. Bakið í forhituðum ofni við 180°C/350°F/hitastilli 4 í 45 mínútur þar til þær eru gullnar og stökkar. Látið kólna og skerið síðan í ferninga.

engildropar

gera 24

2 oz/¼ bolli/50 g smjör eða smjörlíki, mildað

50 g/2 oz/¼ bolli svínahryggur (stutt)

100g/4oz/½ bolli flórsykur (ofurfínn).

1 lítið egg, þeytt

Nokkrir dropar af vanilluþykkni (þykkni)

175 g/6 oz/1½ bollar sjálfhækkandi hveiti (sjálfhækkandi)

45 ml/3 matskeiðar af haframjöli

50 g/2 oz/¼ bolli gljáð (sykrað) kirsuber, helminguð

Blandið smjöri eða smjörlíki, smjörfeiti og sykri saman þar til það er ljóst og ljóst. Bætið egginu og vanilludropunum út í, bætið svo hveitinu út í og blandið þar til þú færð hart deig. Brjótið í litlar kúlur og veltið höfrunum. Setjið vel í sundur í smurt form og hyljið hverja með kirsuberjum. Bakið í forhituðum ofni við 180°C/350°F/hitastillir 4 í 20 mínútur þar til stíft. Látið kólna á plötunni.

Flögnar möndlur

gera 12

100g/4oz/½ bolli smjör eða smjörlíki

225 g/8 oz/2 bollar venjulegt hveiti (allur tilgangur)

5 ml/1 msk lyftiduft

50g/2oz/¼ bolli flórsykur (ofurfínn).

1 egg, aðskilið

75ml/5 msk hindberjasulta (niðursoðinn)

2/3 bolli/4 oz/100 g kornaður (sælgætis) sykur, sigtaður

100 g/4oz/1 bolli flögnar möndlur

Nuddaðu smjörinu eða smjörlíkinu inn í hveitið og lyftiduftið þar til blandan líkist brauðrasp. Blandið sykrinum út í, blandið síðan eggjarauðunni út í og hnoðið saman í stíft deig. Fletjið út á létt hveitistráðu yfirborði þannig að það passi í smurt form 30 x 20 cm/12 x 8. Þrýstið varlega ofan í formið og lyftið brúnum deigið örlítið upp til að verða vör. Smyrjið með sultu. Þeytið eggjahvíturnar þar til þær eru orðnar stífar og blandið flórsykrinum smám saman við. Smyrjið sultu og stráið möndlum yfir. Bakið í forhituðum ofni við 160°C/325°F/hitastilli 3 í 1 klukkustund þar til það er gullið og rétt tilbúið. Látið kólna á pönnunni í 5 mínútur, skerið síðan í fingur og snúið út á vírgrind til að klára kælinguna.

Bakewell Tartlets

gera 24

Fyrir sætabrauðið:

25g/1oz/2msk svínafeiti (stutt)

25 g/1 oz/2 msk smjör eða smjörlíki

100g/4oz/1 bolli venjulegt hveiti (allur tilgangur)

Klípa af salti

30 ml/2 msk vatn

45ml/3 msk hindberjasulta (niðursoðinn)

Fyrir fyllinguna:

2 oz/¼ bolli/50 g smjör eða smjörlíki, mildað

50g/2oz/¼ bolli flórsykur (ofurfínn).

1 egg, létt þeytt

25 g/1 oz/¼ bolli sjálfhækkandi hveiti (sjálflyftandi)

25 g/1 oz/¼ bolli malaðar möndlur

Nokkrir dropar af möndluþykkni (útdráttur)

Til að búa til masa (líma), nuddið smjörlíki eða smjörlíki í hveiti og salt þar til blandan líkist brauðrasp. Blandið nægu vatni saman við til að mynda slétt deig. Fletjið þunnt út á létt hveitistráðu yfirborði, skerið í 3/7 cm hringi og notið til að klæða helminga tveggja smurðra brauðforma (banka). Fylltu með sultu.

Til að búa til fyllinguna, þeytið smjörið eða smjörlíkið og sykurinn út í og bætið svo egginu smám saman út í. Bætið hveiti, möluðum möndlum og möndluþykkni út í. Hellið blöndunni í kökurnar, þéttið brúnirnar með deiginu þannig að sultan sé alveg þakin. Bakið í forhituðum ofni við 180°C/350°F/hitastilli 4 í 20 mínútur þar til þær eru gullnar.

Súkkulaðifiðrildakökur

Gerir um 12 smákökur

Fyrir kökurnar:

100g/4oz/½ bolli smjör eða smjörlíki, mildað

100g/4oz/½ bolli flórsykur (ofurfínn).

2 egg, létt þeytt

100g/4oz/1 bolli sjálfhækkandi hveiti

30ml/2 msk kakóduft (ósykrað súkkulaði).

Klípa af salti

30ml/2 msk köld mjólk

Fyrir frostið:

2 oz/¼ bolli/50 g smjör eða smjörlíki, mildað

2/3 bolli/4 oz/100 g kornaður (sælgætis) sykur, sigtaður

10ml/2 msk heit mjólk

Til að gera smákökur, rjóma smjör eða smjörlíki og sykur þar til það er fölt og loftkennt. Bætið eggjunum smám saman út í, til skiptis með hveiti, kakói og salti, bætið síðan mjólkinni út í til að fá einsleita blöndu. Hellið í smjörpappír (muffinspappír) eða smurt form (steikpappír) og bakið í forhituðum ofni við 190°/375°F/hitastillir 5 í 15-20 mínútur þar til þær eru orðnar vel útblásnar og fjaðrandi viðkomu. Látið kólna. Skerið toppinn á kökunum lárétt og skerið síðan toppinn í tvennt lóðrétt til að búa til fiðrildavængi.

Til að gera frosting, þeytið smjörið eða smjörlíkið þar til það er slétt og hrærið síðan helmingnum af flórsykrinum saman við. Þeytið mjólkina út í og síðan restina af sykrinum. Skiptið frostblöndunni á milli kökanna og þrýstið svo "vængjunum" ofan á kökurnar á ská.

Kókoskökur

gera 12

100g/4oz smjör

2 oz/¼ bolli/50 g smjör eða smjörlíki, mildað

50g/2oz/¼ bolli flórsykur (ofurfínn).

1 egg, þeytt

25 g / 1 oz / 2 msk hrísgrjónamjöl

50 g/2 oz/½ bolli þurrkuð kókoshneta (rifin)

¼ tsk/1,5ml lyftiduft

60ml/4msk súkkulaðiálegg

Fletjið deigið út (líma) og notið það til að klæða hliðarnar á bolluformi (kjötform). Blandið smjörinu eða smjörlíkinu og sykrinum saman og blandið síðan eggjunum og hrísgrjónamjölinu saman við. Blandið saman kókos og lyftidufti. Setjið litla skeið af súkkulaðiáleggi í botninn á hverri tertuskurn (tertuskurn). Hellið kókosblöndunni yfir og bakið í forhituðum ofni við 200°C/400°F/hitastillir 6 í 15 mínútur þar til þær eru eldaðar og gullnar.

Sætar muffins

gera 15

100g/4oz/½ bolli smjör eða smjörlíki, mildað

225g/8oz/1 bolli flórsykur (ofurfínn).

2 egg

5 ml/1 tsk vanillukjarna (þykkni)

175 g/6 oz/1½ bollar sjálfhækkandi hveiti (sjálfhækkandi)

5 ml/1 msk lyftiduft

Klípa af salti

75ml/5 msk mjólk

Blandið smjöri eða smjörlíki og sykrinum saman þar til þau eru orðin ljós og ljós. Bætið eggjunum og vanilludropunum smátt og smátt saman við og þeytið vel eftir hverja útsetningu. Bætið hveiti, lyftidufti og salti saman við mjólkina til skiptis, þeytið vel. Hellið blöndunni í pappírsform (bollakökupappír) og bakið í forhituðum ofni við 190°C/375°F/hitastilli 5 í 20 mínútur þar til tannstöngull sem stungið er í miðjuna kemur hreinn út.

kaffibaunir

gera 12

Fyrir kökurnar:

100g/4oz/½ bolli smjör eða smjörlíki, mildað

100g/4oz/½ bolli flórsykur (ofurfínn).

2 egg, létt þeytt

100g/4oz/1 bolli sjálfhækkandi hveiti

10 ml/2 tsk kaffikjarni (þykkni)

Fyrir frostið:

2 oz/¼ bolli/50 g smjör eða smjörlíki, mildað

2/3 bolli/4 oz/100 g kornaður (sælgætis) sykur, sigtaður

Nokkrir dropar af kaffikjarna (útdráttur)

100g/4oz/1 bolli súkkulaðiflögur

Til að gera smákökur, rjóma smjör eða smjörlíki og sykur þar til létt og loftkennt. Bætið eggjunum út í smátt og smátt og bætið svo hveiti og kaffikjarna út í. Hellið blöndunni í pappírsform (bollakökupappír) á ofnplötu (steikpappír) og bakið í forhituðum ofni við 180°C/350°F/hitastillir 4 í 20 mínútur þar til hún er vel blásin og fjaðrandi viðkomu. Látið kólna.

Til að búa til gljáann, þeytið smjörið eða smjörlíkið þar til það er slétt, blandið síðan flórsykrinum og kaffikjarna saman við. Dreifið yfir kökurnar og skreytið með súkkulaðibitunum.

Eccles kex

gera 16

2 oz/¼ bolli/50 g smjör eða smjörlíki

50g/2oz/¼ bolli sætur púðursykur

225 g/8 oz/11/3 bollar rifsber

450g/1lb Smjördeig eða laufabrauð

Smá mjólk

45 ml/3 msk flórsykur (ofurfínn).

Bræðið smjör eða smjörlíki og púðursykur við vægan hita, blandið vel saman. Takið af hellunni og blandið rifsberjunum saman við. Látið kólna aðeins. Fletjið deigið (pasta) út á hveitistráðu yfirborði og skerið í 16 hringi. Skiptið fyllingarblöndunni á milli hringanna, brjótið síðan brúnirnar í átt að miðjunni, penslið með vatni til að loka brúnunum. Snúið kökunum við og rúllið þeim létt með kökukefli til að fletja þær aðeins út. Gerðu þrjár rifur ofan á hverja, penslið með mjólk og stráið sykri yfir. Setjið á smurða ofnplötu og bakið í forhituðum ofni við 200°C/400°F/hitastillir 6 í 20 mínútur þar til þær eru gullnar.

Álfakökur

Það verður um 12

100g/4oz/½ bolli smjör eða smjörlíki, mildað

100g/4oz/½ bolli flórsykur (ofurfínn).

2 egg, létt þeytt

100g/4oz/1 bolli sjálfhækkandi hveiti

Klípa af salti

30 ml/2 tsk mjólk

Nokkrir dropar af vanilluþykkni (þykkni)

Blandið smjöri eða smjörlíki og sykrinum saman þar til það er ljóst og loftkennt. Bætið eggjunum út í smátt og smátt, til skiptis með hveiti og salti, bætið svo mjólkinni og vanilludropum saman við til að fá einsleita blöndu. Hellið í smurð kökuform (bollakökuform) eða brauðform (pönnukökur) og bakið í forhituðum ofni við 190°C/375°F/hitastillir 5 í 15-20 mínútur þar til þær eru orðnar vel útblásnar og fjaðrandi viðkomu.

Álfakökur gljáðar með fjöðrum

gera 12

2 oz/¼ bolli/50 g smjör eða smjörlíki, mildað

50g/2oz/¼ bolli flórsykur (ofurfínn).

1 egg

50 g/2 oz/½ bolli sjálfrísandi hveiti (sjálflyftandi)

100g/4oz/2/3 bolli flórsykur (sælgæti).

15 ml / 1 matskeið af volgu vatni

Nokkrir dropar af matarlit

Blandið smjöri eða smjörlíki og sykrinum saman þar til það er ljóst og loftkennt. Bætið egginu út í smátt og smátt og bætið svo hveitinu út í. Skiptið blöndunni í 12 pappírsform (bollakökupappír) (steikpappír). Bakið í forhituðum ofni við 160°C/325°F/hitastilli 3 í 15-20 mínútur þar til það er vorkennt. Látið kólna.

Blandið saman flórsykrinum og volgu vatni. Litaðu þriðjung af frostinu með matarlitnum að eigin vali. Dreifið hvítu frostinu yfir kökurnar. Settu litaða frostinginn í línum á kökuna, teiknaðu síðan hnífsoddinn hornrétt á línurnar, fyrst eina leiðina og síðan hina, til að búa til bylgjað mynstur. Látum það taka

Genúa fantasíur

gera 12

3 egg, létt þeytt

75g/3oz/1/3 bolli flórsykur (ofurfínn).

75 g/3 oz/¾ bolli sjálfhækkandi hveiti (sjálflyftandi)

Nokkrir dropar af vanilluþykkni (þykkni)

25g/1oz/2msk smjör eða smjörlíki, brætt og kælt

60 ml/4 msk apríkósasulta (niðursoðin), sigtuð (síuð)

60ml/4 msk vatn

8 oz/11/3 bollar flórsykur (sælgæti) sigtaður

Nokkrir dropar af bleikum og bláum matarlit (valfrjálst)

Kökuskraut

Setjið eggin og flórsykurinn í hitaþolna skál yfir pönnu með aðeins sjóðandi vatni. Þeytið þar til blandan kemur úr þeytaranum í tætlur. Blandið hveiti og vanilludropum saman og blandið síðan smjörinu eða smjörlíkinu saman við. Hellið blöndunni í smurt 30 x 20 cm/12 x 8 form og bakið í forhituðum ofni við 190°C/375°F/hitastillir 5 í 30 mínútur. Látið kólna og skerið síðan í form. Hitið sultuna með 30 ml/2 msk af vatni og málið kökurnar.

Sigtið flórsykurinn í skál. Ef þú vilt gera ísinn í mismunandi litum skaltu skipta honum í aðskildar skálar og búa til holu í miðju hverrar skálar. Bætið smám saman við nokkrum dropum af lit og nóg af vatni sem eftir er til að blandast saman í nokkuð hart frost. Dreifið yfir kökurnar og skreytið að vild.

Möndlumakkarónur

gera 16

hrísgrjónapappír

100g/4oz/½ bolli flórsykur (ofurfínn).

50 g/2 oz/½ bolli malaðar möndlur

5ml/1 tsk möluð hrísgrjón

Nokkrir dropar af möndluþykkni (útdráttur)

1 eggjahvíta

8 hvítaðar möndlur, helmingaðar

Klæðið bökunarplötu (köku) með hrísgrjónapappír. Blandið öllu hráefninu, nema sléttuðu möndlunum, saman í þétt deig og þeytið vel. Setjið skeiðar af blöndunni á pönnuna og toppið hverja möndluhelming. Bakið í forhituðum ofni við 150°C/325°F/hitastilli 3 í 25 mínútur. Látið kólna á blaðinu, klippið eða rífið síðan í kringum hvern til að losa hann af hrísgrjónapappírsblaðinu.

Kókosmakkaróna

gera 16

2 eggjahvítur

150g/5oz/2/3 bolli flórsykur (ofurfínn).

150 g/5oz/1¼ bolli þurrkuð kókoshneta (rifin)

hrísgrjónapappír

8 gljáðum (sykruð) kirsuber, skorin í tvennt

Þeytið eggjahvíturnar kröftuglega. Þeytið sykurinn þar til blandan myndar stífa toppa. Snúið kókosnum við. Setjið hrísgrjónapappírinn á pönnu og setjið skeiðar af blöndunni á blaðið. Setjið kirsuberjahelming á hvern. Bakið í forhituðum ofni við 160°C/325°F/hitastilli 3 í 30 mínútur þar til stíft. Látið kólna á hrísgrjónapappírnum og klippið síðan í kringum hvern og einn til að skilja hann frá hrísgrjónapappírnum.

Lime makrónur

gera 12

100g/4oz smjör

60ml/4 msk limemarmelaði

2 eggjahvítur

50g/2oz/¼ bolli flórsykur (ofurfínn).

25 g/1 oz/¼ bolli malaðar möndlur

10 ml/2 tsk möluð hrísgrjón

5ml/1 tsk appelsínublómavatn

Fletjið deigið út (líma) og notið það til að klæða hliðarnar á bolluformi (kjötform). Setjið litla skeið af sultu í hverja tertuskurn (tertuskurn). Þeytið eggjahvíturnar kröftuglega. Hrærið sykurinn út í þar til hann er stífur og gljáandi. Blandið saman möndlunum, hrísgrjónunum og appelsínusafanum. Hellið í formin, hyljið sultuna alveg. Bakið í forhituðum ofni við 180°C/350°F/hitastillir 4 í 30 mínútur þar til þær eru gullnar.

Haframjöl makkarónur

gera 24

175 g/6oz/1½ bolli hafrar

175 g/6oz/¾ bolli flórsykur

120 ml/4 oz/½ bolli olía

1 egg

2,5 ml/½ tsk salt

2,5 ml/½ tsk möndlukjarni (þykkni)

Blandið höfrum, sykri og olíu saman og látið standa í 1 klst. Þeytið egg, salt og möndluþykkni. Setjið skeiðar af blöndunni í smurða bökunarplötu og bakið í forhituðum ofni við 160°C/325°F/hitastillir 3 í 20 mínútur þar til þær eru gullnar.

Madeleine

gera 9

100g/4oz/½ bolli smjör eða smjörlíki, mildað

100g/4oz/½ bolli flórsykur (ofurfínn).

2 egg, létt þeytt

100g/4oz/1 bolli sjálfhækkandi hveiti

175 g/6 oz/½ bolli jarðarber eða hindberjasulta (niðursoðinn)

60ml/4 msk vatn

50 g/2 oz/½ bolli þurrkuð kókoshneta (rifin)

5 gljáðum (sykruð) kirsuber, skorin í tvennt

Rjóma smjörið eða smjörlíkið létt, blandið síðan sykrinum saman við þar til það er létt og ljóst. Bætið eggjunum út í smátt og smátt og bætið svo hveitinu út í. Hellið í níu smurð dariole-form og setjið í pönnu. Bakið í forhituðum ofni við 190°C/375°F/hitastilli 5 í 20 mínútur þar til þær eru orðnar vel útblásnar og gullnar. Látið kólna á pönnum í 5 mínútur, snúið síðan út á vírgrind til að klára kælingu.

Sléttið ofan á hverri köku þar til hún er slétt. Sigtið (síið) hlaupið og látið suðuna koma upp ásamt vatninu í litlum potti, hrærið þar til það hefur blandast vel saman. Dreifið kókoshnetunni á stórt blað af smjörpappír (vaxið). Setjið teini í botninn á fyrstu kökunni, penslið með hlaupgljáa og rúllið síðan upp úr kókos þar til hún er þakin. Setjið á framreiðsludisk. Endurtaktu með kökunum sem eftir eru. Skreytið með helminguðum gljáðum kirsuberjum.

Marsipan pönnukökur

Það verður um 12

450 g/1 lb/4 bollar malaðar möndlur

2/3 bolli/4 oz/100 g kornaður (sælgætis) sykur, sigtaður

100g/4oz/½ bolli flórsykur (ofurfínn).

30 ml/2 msk vatn

3 eggjahvítur

Fyrir frostið:

2/3 bolli/4 oz/100 g kornaður (sælgætis) sykur, sigtaður

1 eggjahvíta

2,5 ml/½ tsk edik

Blandið öllu kökuefninu saman í pott og hitið varlega, hrærið í, þar til deigið hefur gleypt allan vökvann. Takið af hitanum og látið kólna. Fletjið út á létt hveitistráðu yfirborði í 1/2 cm þykkt og skerið í 1½/3 cm ræmur. Skerið í 5 cm/2 lengdir, setjið á smurða ofnplötu og bakið í forhituðum ofni við 150°C/300°F/hitastillir 2 í 20 mínútur þar til toppurinn er létt gullinn. Látið kólna.

Til að búa til ísinn, þeytið eggjahvíturnar og edikið smám saman saman við flórsykurinn þar til þið eruð með mjúkan og þykkan ís. Hellið frostinu yfir kökurnar.

muffins

gera 12

225 g/8 oz/2 bollar venjulegt hveiti (allur tilgangur)

100g/4oz/½ bolli flórsykur (ofurfínn).

10 ml / 2 matskeiðar af lyftidufti

2,5 ml/½ tsk salt

1 egg, létt þeytt

250 ml/8 oz/1 bolli mjólk

120 ml/4 oz/½ bolli olía

Blandið saman hveiti, sykri, lyftidufti og salti og gerið holu í miðjunni. Blandið saman restinni af hráefnunum og blandið saman við þurrefnin þar til það hefur blandast saman. Ekki blanda of mikið. Hellið í muffinsform (pappír) eða smurð muffinsform og bakið í forhituðum ofni við 200°C/400°F/hitastillir 6 í 20 mínútur, þar til þær eru vel blásnar og fjaðrandi viðkomu.

Epli muffins

gera 12

225 g/8 oz/2 bollar venjulegt hveiti (allur tilgangur)

100g/4oz/½ bolli flórsykur (ofurfínn).

10 ml / 2 matskeiðar af lyftidufti

2,5 ml/½ tsk salt

1 egg, létt þeytt

250 ml/8 oz/1 bolli mjólk

120 ml/4 oz/½ bolli olía

2 matarepli (eftirréttur), skrældar, kjarnhreinsaðar og saxaðar

Blandið saman hveiti, sykri, lyftidufti og salti og gerið holu í miðjunni. Blandið saman restinni af hráefnunum og blandið saman við þurrefnin þar til það hefur blandast saman. Ekki blanda of mikið. Hellið í muffinsform (pappír) eða smurð muffinsform og bakið í forhituðum ofni við 200°C/400°F/hitastillir 6 í 20 mínútur, þar til þær eru vel blásnar og fjaðrandi viðkomu.

Banana muffins

gera 12

225 g/8 oz/2 bollar venjulegt hveiti (allur tilgangur)

100g/4oz/½ bolli flórsykur (ofurfínn).

10 ml / 2 matskeiðar af lyftidufti

2,5 ml/½ tsk salt

1 egg, létt þeytt

250 ml/8 oz/1 bolli mjólk

120 ml/4 oz/½ bolli olía

2 bananar, stappaðir

Blandið saman hveiti, sykri, lyftidufti og salti og gerið holu í miðjunni. Blandið saman restinni af hráefnunum og blandið saman við þurrefnin þar til það hefur blandast saman. Ekki blanda of mikið. Hellið í muffinsform (pappír) eða smurð muffinsform og bakið í forhituðum ofni við 200°C/400°F/hitastillir 6 í 20 mínútur, þar til þær eru vel blásnar og fjaðrandi viðkomu.

Sólberjamuffins

gera 12

225 g/8 oz/2 bollar sjálfhækkandi hveiti (sjálf lyftandi)

75g/3oz/1/3 bolli flórsykur (ofurfínn).

2 eggjahvítur

75 g/3 oz sólber

7 fl oz/lite 200 ml 1 bolli mjólk

30ml/2 msk olía

Blandið saman hveitinu og sykrinum. Þeytið eggjahvíturnar létt og blandið þeim saman við þurrefnin. Bætið sólberjunum, mjólkinni og olíunni út í. Hellið í smurð muffinsform og bakið í forhituðum ofni við 200°C/400°F/hitastillir 6 í 15-20 mínútur þar til þær eru gullnar.

Amerískar bláberjamuffins

gera 12

150g/5oz/1¼ bolli venjulegt hveiti (allur tilgangur)

75 g/3 oz/¾ bolli maísmjöl

75g/3oz/1/3 bolli flórsykur (ofurfínn).

10 ml / 2 matskeiðar af lyftidufti

Klípa af salti

1 egg, létt þeytt

75 g/3 oz/1/3 bolli smjör eða smjörlíki, brætt

250 ml/8 oz/1 bolli súrmjólk

100g/4oz bláber

Blandið saman hveiti, maísmjöli, sykri, lyftidufti og salti og gerið holu í miðjunni. Bætið eggi, smjöri eða smjörlíki og súrmjólk út í og blandið þar til það hefur blandast saman. Blandið bláberjum eða brómberjum út í. Hellið í muffinsform (pappír) og bakið í forhituðum ofni við 200°C/400°F/hitastillir 6 í 20 mínútur þar til þær eru gullinbrúnar og fjaðrandi viðkomu.

Kirsuberjamuffins

gera 12

225 g/8 oz/2 bollar venjulegt hveiti (allur tilgangur)

100g/4oz/½ bolli flórsykur (ofurfínn).

100 g/4 oz/½ bolli gljáð (sykrað) kirsuber

10 ml / 2 matskeiðar af lyftidufti

2,5 ml/½ tsk salt

1 egg, létt þeytt

250 ml/8 oz/1 bolli mjólk

120 ml/4 oz/½ bolli olía

Blandið saman hveiti, sykri, kirsuberjum, lyftidufti og salti og gerið holu í miðjunni. Blandið saman restinni af hráefnunum og blandið saman við þurrefnin þar til það hefur blandast saman. Ekki blanda of mikið. Hellið í muffinsform (pappír) eða smurð muffinsform og bakið í forhituðum ofni við 200°C/400°F/hitastillir 6 í 20 mínútur, þar til þær eru vel blásnar og fjaðrandi viðkomu.

súkkulaðimuffins

Gerðu 10-12

175 g/6 oz/1½ bolli venjulegt hveiti (allur tilgangur)

40 g/1½ oz/1/3 bolli kakóduft (ósykrað súkkulaði)

100g/4oz/½ bolli flórsykur (ofurfínn).

10 ml / 2 matskeiðar af lyftidufti

2,5 ml/½ tsk salt

1 stórt egg

250 ml/8 oz/1 bolli mjólk

2,5 ml/½ teskeið vanillukjarna (þykkni)

120 ml/4 fl oz/½ bolli sólblómaolía eða jurtaolía

Blandið þurrefnunum saman og gerið holu í miðjunni. Blandið egginu, mjólkinni, vanilludropunum og olíunni vel saman. Blandið fljótt vökvanum saman við þurrefnin þar til allt er komið inn í. Ekki ofblanda; blandan á að vera kekkjuleg. Hellið í muffinsform (pappír) eða form (mót) og bakið í forhituðum ofni við 200°C/400°F/hitastillir 6 í um það bil 20 mínútur þar til þær eru vel blásnar og fjaðrandi viðkomu.

Súkkulaðimuffins

gera 12

175 g/6 oz/1½ bolli venjulegt hveiti (allur tilgangur)

100g/4oz/½ bolli flórsykur (ofurfínn).

45ml/3 msk kakóduft (ósykrað súkkulaði).

100g/4oz/1 bolli súkkulaðiflögur

10 ml / 2 matskeiðar af lyftidufti

2,5 ml/½ tsk salt

1 egg, létt þeytt

250 ml/8 oz/1 bolli mjólk

120 ml/4 oz/½ bolli olía

2,5 ml/½ teskeið vanillukjarna (þykkni)

Blandið saman hveiti, sykri, kakói, súkkulaðibitum, lyftidufti og salti og gerið holu í miðjunni. Blandið saman restinni af hráefnunum og blandið saman við þurrefnin þar til það hefur blandast saman. Ekki blanda of mikið. Hellið í muffinsform (pappír) eða smurð muffinsform og bakið í forhituðum ofni við 200°C/400°F/hitastillir 6 í 20 mínútur, þar til þær eru vel blásnar og fjaðrandi viðkomu.

kanil muffins

gera 12

225 g/8 oz/2 bollar venjulegt hveiti (allur tilgangur)

100g/4oz/½ bolli flórsykur (ofurfínn).

10 ml / 2 matskeiðar af lyftidufti

5 ml/1 tsk malaður kanill

2,5 ml/½ tsk salt

1 egg, létt þeytt

250 ml/8 oz/1 bolli mjólk

120 ml/4 oz/½ bolli olía

Blandið saman hveiti, sykri, lyftidufti, kanil og salti og gerið holu í miðjunni. Blandið saman restinni af hráefnunum og blandið saman við þurrefnin þar til það hefur blandast saman. Ekki blanda of mikið. Hellið í muffinsform (pappír) eða smurð muffinsform og bakið í forhituðum ofni við 200°C/400°F/hitastillir 6 í 20 mínútur, þar til þær eru vel blásnar og fjaðrandi viðkomu.

Maísmjöl muffins

gera 12

50 g/2 oz/½ bolli venjulegt hveiti (allur tilgangur)

100 g/4 oz/1 bolli maísmjöl

5 ml/1 msk lyftiduft

1 egg, aðskilið

1 eggjarauða

30ml/2 msk maísolía

30ml/2 msk mjólk

Blandið saman hveiti, maísmjöli og lyftidufti. Blandið eggjarauðunum, olíunni og mjólkinni saman við og blandið síðan þurrefnunum saman við. Stífþeytið eggjahvíturnar og bætið þeim út í blönduna. Hellið í muffinsform (pappír) eða smurð muffinsform og bakið í forhituðum ofni við 200°C/400°F/hitastillir 6 í um 20 mínútur þar til þær eru gullnar.

Heilar fíkjumuffins

gera 10

100 g/4 oz/1 bolli heilhveiti (hveiti).

5 ml/1 msk lyftiduft

50 g/2 oz/½ bolli rúllaðir hafrar

1/3 bolli/2 oz/50 g saxaðar þurrkaðar fíkjur

45ml/3 msk olía

75ml/5 msk mjólk

15 ml/1 msk dökkt síróp (melassi)

1 egg, létt þeytt

Blandið saman hveiti, lyftidufti og hafraflögum og bætið svo fíkjunum út í. Hitið olíuna, mjólkina og sírópið þar til það hefur blandast saman, blandið síðan þurrefnunum saman við eggið og blandið þar til stíft deig myndast. Hellið blöndunni í muffinsform (pappír) eða smurð muffinsform og bakið í forhituðum ofni við 190°C/375°F/hitastillir 5 í um 20 mínútur þar til þær eru gullnar.

Ávaxta- og klíðmuffins

gera 8

100g/4oz/1 bolli All Bran korn

50 g/2 oz/½ bolli venjulegt hveiti (allur tilgangur)

2,5ml/½ tsk lyftiduft

5ml/1 tsk matarsódi (lyftiduft)

5 ml/1 tsk malað krydd (eplabaka)

50 g/2 oz/1/3 bolli rúsínur

100 g/4 oz/1 bolli eplamósa (sósa)

5 ml/1 tsk vanillukjarna (þykkni)

30ml/2 msk mjólk

Blandið þurrefnunum saman og gerið holu í miðjunni. Blandið rúsínunum, eplamaukinu og vanilluþykkni saman við og nægilega mjólk til að fá slétta blöndu. Hellið í muffinsform (pappír) eða smurð muffinsform og bakið í forhituðum ofni við 200°C/400°F/hitastillir 6 í 20 mínútur þar til þær eru vel uppblásnar og gullnar.

Hafrar muffins

gera 20

100g/4oz/1 bolli hafrar

100 g/4 oz/1 bolli haframjöl

225 g/8 oz/2 bollar heilhveiti (heilhveiti).

10 ml / 2 matskeiðar af lyftidufti

50 g/2 oz/1/3 bolli rúsínur (valfrjálst)

375 ml/13 oz/1½ bolli mjólk

10 ml / 2 matskeiðar af olíu

2 eggjahvítur

Blandið höfrum, hveiti og lyftidufti saman og blandið rúsínunum saman við ef þær eru notaðar. Blandið mjólkinni og olíunni saman. Þeytið eggjahvíturnar þar til þær eru stífar og blandið þeim síðan saman við blönduna. Hellið í muffinsform (pappír) eða smurð muffinsform og bakið í forhituðum ofni við 190°C/375°F/hitastillir 5 í um 25 mínútur þar til þær eru gullnar.

Haframjöl og ávaxtamuffins

gera 10

100 g/4 oz/1 bolli heilhveiti (hveiti).

100g/4oz/1 bolli hafrar

15 ml / 1 matskeið af lyftidufti

100 g/4 oz/2/3 bolli rúsínur (gylltar rúsínur)

50 g/2 oz/½ bolli saxaðar blandaðar hnetur

1 epli (eftirréttur), afhýddur, kjarnhreinsaður og rifinn

45ml/3 msk olía

30 ml/2 matskeiðar glært hunang

15 ml/1 msk dökkt síróp (melassi)

1 egg, létt þeytt

90ml/6 msk mjólk

Blandið saman hveiti, höfrum og lyftidufti. Blandið saman rúsínunum, valhnetunum og eplinum. Hitið olíuna, hunangið og sírópið þar til það bráðnar, hrærið síðan blöndunni saman við eggið og nægilega mikið af mjólk til að ná mjúkri þéttleika. Hellið í muffinsform (pappír) eða smurð muffinsform og bakið í forhituðum ofni við 190°C/375°F/hitastillir 5 í um 25 mínútur þar til þær eru gullnar.

Appelsínugul muffins

gera 12

100g/4oz/1 bolli sjálfhækkandi hveiti

100g/4oz/½ bolli sætur púðursykur

1 egg, létt þeytt

120 ml/4 oz/½ bolli appelsínusafi

60ml/4 msk olía

2,5 ml/½ teskeið vanillukjarna (þykkni)

25 g/1 oz/2 msk smjör eða smjörlíki

30ml/2msk venjulegt hveiti (allur tilgangur)

2,5ml/½ teskeið malaður kanill

Blandið sjálfhækkandi hveitinu og helmingnum af sykrinum saman í skál. Blandið egginu, appelsínusafanum, olíunni og vanilludropunum saman við og blandið síðan þurrefnunum saman við þar til það hefur blandast saman. Ekki blanda of mikið. Hellið í muffinsform (pappír) eða muffinsform (mót) og bakið í forhituðum ofni við 200°C/400°F/hitastillir 6 í 10 mínútur.

Á meðan, nuddaðu smjörinu eða smjörlíkinu fyrir fyllinguna inn í hveitið og blandaðu síðan afganginum af sykri og kanil saman við. Stráið muffinsunum yfir og setjið aftur í ofninn í 5 mínútur til viðbótar þar til þær eru gullinbrúnar.

Ferskjumuffins

gera 12

225 g/8 oz/2 bollar venjulegt hveiti (allur tilgangur)

100g/4oz/½ bolli flórsykur (ofurfínn).

10 ml / 2 matskeiðar af lyftidufti

2,5 ml/½ tsk salt

1 egg, létt þeytt

175 ml/6 fl oz/¾ bolli mjólk

120 ml/4 oz/½ bolli olía

1 lítil dós/7oz/200g ferskjur, tæmd og saxaðar

Blandið saman hveiti, sykri, lyftidufti og salti og gerið holu í miðjunni. Blandið saman restinni af hráefnunum og blandið saman við þurrefnin þar til það hefur blandast saman. Ekki blanda of mikið. Hellið í muffinsform (pappír) eða smurð muffinsform og bakið í forhituðum ofni við 200°C/400°F/hitastillir 6 í 20 mínútur, þar til þær eru vel blásnar og fjaðrandi viðkomu.

Hnetusmjörsmuffins

gera 12

225 g/8 oz/2 bollar venjulegt hveiti (allur tilgangur)

100g/4oz/½ bolli sætur púðursykur

10 ml / 2 matskeiðar af lyftidufti

2,5 ml/½ tsk salt

1 egg, létt þeytt

250 ml/8 oz/1 bolli mjólk

120 ml/4 oz/½ bolli olía

45ml/3 msk hnetusmjör

Blandið saman hveiti, sykri, lyftidufti og salti og gerið holu í miðjunni. Blandið saman restinni af hráefnunum og blandið saman við þurrefnin þar til það hefur blandast saman. Ekki blanda of mikið. Hellið í muffinsform (pappír) eða smurð muffinsform og bakið í forhituðum ofni við 200°C/400°F/hitastillir 6 í 20 mínútur, þar til þær eru vel blásnar og fjaðrandi viðkomu.

Ananas muffins

gera 12

225 g/8 oz/2 bollar venjulegt hveiti (allur tilgangur)

100g/4oz/½ bolli sætur púðursykur

10 ml / 2 matskeiðar af lyftidufti

2,5 ml/½ tsk salt

1 egg, létt þeytt

175 ml/6 fl oz/¾ bolli mjólk

120 ml/4 oz/½ bolli olía

200g/7oz/1 lítil dós ananas, tæmd og saxaður

30ml/2msk demerara sykur

Blandið saman hveiti, púðursykri, lyftidufti og salti og gerið holu í miðjunni. Blandið öllum hráefnunum sem eftir eru nema demerara sykri saman og blandið þurrefnunum saman þar til það hefur blandast saman. Ekki blanda of mikið. Hellið í muffinsbolla (pappír) eða smurða muffinsbolla og stráið demerara sykri yfir. Bakið í forhituðum ofni við 200°C/400°F/hitastillir 6 í 20 mínútur þar til þær eru orðnar vel útblásnar og fjaðrandi viðkomu.

Hindberjamuffins

gera 12

225 g/8 oz/2 bollar venjulegt hveiti (allur tilgangur)

100g/4oz/½ bolli flórsykur (ofurfínn).

10 ml / 2 matskeiðar af lyftidufti

2,5 ml/½ tsk salt

200 g hindberjum

1 egg, létt þeytt

250 ml/8 oz/1 bolli mjólk

120ml/4oz fl/½ bolli jurtaolía

Blandið saman hveiti, sykri, lyftidufti og salti. Blandið hindberjunum saman og gerið holu í miðjunni. Blandið saman eggjum, mjólk og olíu og hellið yfir þurrefnin. Blandið varlega saman þar til öll þurrefnin hafa blandast saman en blandan er enn mylsnuð. Ekki ýkja. Hellið blöndunni í muffinsform (pappír) eða smurð muffinsform og bakið í forhituðum ofni við 200°C/400°F/hitastillir 6 í 20 mínútur þar til hún er vel blásin og fjaðrandi viðkomu.

Hindberja sítrónu muffins

gera 12

175 g/6 oz/1½ bolli venjulegt hveiti (allur tilgangur)

50 g/2 oz/¼ bolli flórsykur

50g/2oz/¼ bolli sætur púðursykur

10 ml / 2 matskeiðar af lyftidufti

5 ml/1 tsk malaður kanill

Klípa af salti

1 egg, létt þeytt

100g/4oz/½ bolli smjör eða smjörlíki, brætt

120ml/½ bolli mjólk

100g/4oz fersk hindber

10 ml/2 tsk rifinn sítrónubörkur

Til að skreyta:

75g/3oz/½ bolli flórsykur (sælgæti), sigtaður

15 ml / 1 matskeið af sítrónusafa

Blandið hveiti, flórsykri, púðursykri, lyftidufti, kanil og salti saman í skál og gerið holu í miðjunni. Bætið egginu, smjörinu eða smjörlíkinu og mjólkinni saman við og hrærið þar til hráefnin hafa blandast saman. Blandið saman hindberjunum og sítrónuberkinum. Hellið í muffinsform (pappír) eða smurð muffinsform og bakið í forhituðum ofni við 180°C/350°F/hitastillir 4 í 20 mínútur þar til þær eru gullinbrúnar og fjaðrandi viðkomu. Blandið saman flórsykri og sítrónusafa til að hjúpa og stráið heitu muffinsunum yfir.

Sultana muffins

gera 12

225 g/8 oz/2 bollar venjulegt hveiti (allur tilgangur)

100g/4oz/½ bolli flórsykur (ofurfínn).

100 g/4 oz/2/3 bolli rúsínur (gylltar rúsínur)

10 ml / 2 matskeiðar af lyftidufti

5 ml/1 tsk malað krydd (eplabaka)

2,5 ml/½ tsk salt

1 egg, létt þeytt

250 ml/8 oz/1 bolli mjólk

120 ml/4 oz/½ bolli olía

Blandið saman hveiti, sykri, rúsínum, lyftidufti, kryddblöndu og salti og gerið holu í miðjunni. Blandið restinni af hráefnunum saman þar til það hefur blandast saman. Hellið í muffinsform (pappír) eða smurð muffinsform og bakið í forhituðum ofni við 200°C/400°F/hitastillir 6 í 20 mínútur, þar til þær eru vel blásnar og fjaðrandi viðkomu.

Muffins í sírópi

gera 12

225 g/8 oz/2 bollar venjulegt hveiti (allur tilgangur)

100g/4oz/½ bolli sætur púðursykur

10 ml / 2 matskeiðar af lyftidufti

2,5 ml/½ tsk salt

1 egg, létt þeytt

175 ml/6 fl oz/¾ bolli mjólk

60 ml/4 msk dökkt síróp (melassi)

120 ml/4 oz/½ bolli olía

Blandið saman hveiti, sykri, lyftidufti og salti og gerið holu í miðjunni. Blandið restinni af hráefnunum saman þar til það hefur blandast saman. Ekki blanda of mikið. Hellið í muffinsform (pappír) eða smurð muffinsform og bakið í forhituðum ofni við 200°C/400°F/hitastillir 6 í 20 mínútur, þar til þær eru vel blásnar og fjaðrandi viðkomu.

Haframjölssírópsmuffins

gera 10

100g/4oz/1 bolli venjulegt hveiti (allur tilgangur)

175 g/6oz/1½ bolli hafrar

100g/4oz/½ bolli sætur púðursykur

15 ml / 1 matskeið af lyftidufti

5 ml/1 tsk malaður kanill

2,5 ml/½ tsk salt

1 egg, létt þeytt

120ml/½ bolli mjólk

60 ml/4 msk dökkt síróp (melassi)

75ml/5 msk olía

Blandið saman hveiti, höfrum, sykri, lyftidufti, kanil og salti og gerið holu í miðjunni. Blandið því sem eftir er af hráefnunum saman við og blandið síðan þurrefnunum saman við þar til það hefur blandast saman. Ekki blanda of mikið. Hellið í muffinsform (pappír) eða smurð muffinsform og bakið í forhituðum ofni við 200°C/400°F/hitastillir 6 í 15 mínútur þar til þær eru vel blásnar og fjaðrandi viðkomu.

Haframjöl ristað brauð

gera 8

225 g/8 oz/2 bollar rúllaðir hafrar

100 g/4 oz/1 bolli heilhveiti (hveiti).

5 ml/1 msk salt

5 ml/1 msk lyftiduft

50 g/2 oz/¼ bolli svínahryggur (stutt)

30ml/2 msk kalt vatn

Blandið þurrefnunum saman og nuddið síðan svínakjötinu inn í blönduna þar til það líkist brauðrasp. Blandið nægu vatni saman við til að verða stíft deig. Fletjið út á létt hveitistráðu yfirborði í 7/18 cm hring og skerið í átta báta. Sett í smurða bökunarplötu og bakað í forhituðum ofni við 180°C/350°F/hitastillir 4 í 25 mínútur. Berið fram með smjöri, marmelaði eða marmelaði.

Jarðarberja- og sveppaeggjakaka

gera 18

5 eggjarauður

75g/3oz/1/3 bolli flórsykur (ofurfínn).

Klípa af salti

Rifinn börkur af hálfri sítrónu

4 eggjahvítur

40 g/1½ oz/1/3 bolli maísmjöl (maissterkja)

1½ oz/40 g/1/3 bolli venjulegt hveiti (allur tilgangur)

40 g/1½ oz/3 msk smjör eða smjörlíki, brætt

300 ml/½ pkt/1¼ bolli þeyttur rjómi

225g/8oz jarðarber

Flórsykur, sigtaður, til að strá yfir

Þeytið eggjarauður með 25 g af flórsykri þar til þær eru ljósar og þykkar og blandið síðan salti og sítrónuberki saman við. Þeytið eggjahvíturnar þar til þær eru stífar, bætið svo restinni af flórsykrinum út í og haltu áfram að þeyta þar til þær verða stífar og gljáandi. Blandið eggjarauðunum saman og blandið síðan hveitinu og hveitinu saman við. Hrærið bræddu smjöri eða smjörlíki saman við. Flyttu blönduna yfir í sprautupoka með ½"/1 cm sléttum þjórfé (odd) og píddu í 6/15 cm hringi í smurðu, fóðruðu móti (köku). Bakið í forhituðum ofni við 220°C/425°F/hitastillir 7 í 10 mínútur þar til þær eru gullinbrúnar en ekki gullinbrúnar. Látið kólna.

Þeytið rjómann þar til hann er stífur. Smyrjið þunnu lagi yfir helming hvers hrings, raðið jarðarberjunum ofan á og endið með meiri rjóma. Brjótið saman efsta helminginn af "tortillunum". Stráið flórsykri yfir og berið fram.

Piparmyntukökur

gera 12

100g/4oz/½ bolli smjör eða smjörlíki, mildað

100g/4oz/½ bolli flórsykur (ofurfínn).

2 egg, létt þeytt

75 g/3 oz/¾ bolli sjálfhækkandi hveiti (sjálflyftandi)

10 ml/2 tsk kakóduft (ósykrað súkkulaði).

Klípa af salti

8 oz/11/3 bollar flórsykur (sælgæti) sigtaður

30 ml/2 msk vatn

Nokkrir dropar af grænum matarlit

Nokkrir dropar af piparmyntukjarna (útdráttur)

Myntu súkkulaði, helmingað, til að skreyta

Þeytið smjörið eða smjörlíkið og sykurinn þar til það er orðið ljóst og ljóst og blandið síðan eggjunum smám saman út í. Blandið saman hveiti, kakói og salti. Hellið í smurð form (kjötform) og bakið í forhituðum ofni við 200°C/400°F/hitastillir 6 í 10 mínútur þar til þær eru mjúkar að snerta. Látið kólna.

Sigtið flórsykurinn í skál og blandið saman við 15 ml/1 msk af vatni og bætið síðan matarlitnum og piparmyntukjarna út í eftir smekk. Bætið við meira vatni ef þörf krefur til að ná samkvæmni sem hjúpar bakhlið skeiðar. Dreifið ísnum ofan á kökurnar og skreytið með myntusúkkulaði.

Rúsínukökur

gera 12

175 g/6 oz/1 bolli rúsínur

250 ml/8 oz/1 bolli vatn

5ml/1 tsk matarsódi (lyftiduft)

100g/4oz/½ bolli smjör eða smjörlíki, mildað

100g/4oz/½ bolli sætur púðursykur

1 egg, þeytt

5 ml/1 tsk vanillukjarna (þykkni)

200g/7oz/1¾ bolli venjulegt hveiti (allur tilgangur)

5 ml/1 msk lyftiduft

Klípa af salti

Hitið rúsínurnar, vatnið og matarsódan að suðu í potti og látið malla í 3 mínútur. Látið kólna þar til það er volgt. Blandið smjöri eða smjörlíki og sykrinum saman þar til það er ljóst og loftkennt. Bætið við smátt og smátt egginu og vanilludropunum. Blandið rúsínublöndunni út í og blandið síðan hveiti, lyftidufti og salti út í. Hellið blöndunni í muffinsform (pappír) eða smurð muffinsform og bakið í forhituðum ofni við 180°C/350°F/hitastillir 4 í 12-15 mínútur þar til þær eru eldaðar og gullnar.

Þrúgan kallar

gera 24

225 g/8 oz/2 bollar venjulegt hveiti (allur tilgangur)

Smá af blönduðu kryddi (eplabaka)

5ml/1 tsk matarsódi (lyftiduft)

225g/8oz/1 bolli flórsykur (ofurfínn).

45ml/3 msk malaðar möndlur

8 oz / 1 bolli smjör eða smjörlíki, brætt

45ml/3 msk rúsínur

1 egg, létt þeytt

Blandið þurrefnunum saman við og blandið síðan bræddu smjöri eða smjörlíki saman við og síðan rúsínum og eggjum. Blandið vel saman í stíft deig. Fletjið út á létt hveitistráðu yfirborði í um það bil ¼/5 mm þykkt og skerið í ¼/5 mm x 20 cm x 8 tommu ræmur. Vættu toppinn létt með smá vatni og rúllaðu síðan hverri ræmu upp frá stutta endanum. Setjið á smurða ofnplötu og bakið í forhituðum ofni við 200°C/400°F/hitastillir 6 í 15 mínútur þar til þær eru gullnar.

Hindberjakökur

Gerir 12 bollur

225 g/8 oz/2 bollar venjulegt hveiti (allur tilgangur)

7,5ml/½ msk lyftiduft

2,5ml/½ tsk. malað krydd (eplabaka)

Klípa af salti

75 g/3 oz/1/3 bolli smjör eða smjörlíki

75g/3oz/1/3 bolli flórsykur (ofurfínn) plús aukalega til að stökkva á

1 egg

60ml/4 msk mjólk

60 ml/4 msk hindberjasulta (niðursoðinn)

Blandið saman hveiti, lyftidufti, kryddi og salti og blandið síðan smjöri eða smjörlíki saman við þar til blandan líkist brauðrasp. Blandið sykrinum saman við. Blandið egginu og nægri mjólk saman til að verða stíft deig. Skiptið í 12 kúlur og setjið á smurða ofnplötu. Gerðu gat með fingrinum í miðju hvers og eins og helltu smá hindberjasultu út í. Penslið með mjólk og stráið flórsykri yfir. Bakið í forhituðum ofni við 220°C/425°F/hitastilli 7 í 10-15 mínútur þar til þær eru gullnar. Skreyttu með smá sultu ef þú vilt.

Brún hrísgrjón og sólblómakökur

gera 12

75 g/3 oz/¾ bolli soðin brún hrísgrjón

50 g/2 oz/½ bolli sólblómafræ

25 g/1 oz/¼ bolli sesamfræ

40 g/1½ oz/¼ bolli rúsínur

40 g/1½ oz/¼ bolli gljáð (sykrað) kirsuber, skorin í fjórða

25g/1oz/2msk sætur púðursykur

15 ml / 1 matskeið af gegnsæju hunangi

75 g/3 oz/1/3 bolli smjör eða smjörlíki

5 ml/1 tsk sítrónusafi

Blandið saman hrísgrjónum, fræjum og ávöxtum. Bræðið sykur, hunang, smjör eða smjörlíki og sítrónusafa og blandið saman við hrísgrjónablönduna. Hellið í 12 kökuform (bollakökupappír) og bakið í forhituðum ofni við 200°C/400°F/hitastillir 6 í 15 mínútur.

steinkökur

gera 12

225 g/8 oz/2 bollar venjulegt hveiti (allur tilgangur)

Klípa af salti

10 ml / 2 matskeiðar af lyftidufti

2 oz/¼ bolli/50 g smjör eða smjörlíki

50 g/2 oz/¼ bolli svínahryggur (stutt)

2/3 bolli/100g blandaðar hnetur (ávaxtakökublanda)

100g/4oz/½ bolli demerara sykur

Rifinn börkur af hálfri sítrónu

1 egg

15-30ml/1-2 msk mjólk

Blandið hveiti, salti og lyftidufti út í og blandið síðan smjöri eða smjörlíki og smjörfeiti út í þar til blandan líkist brauðrasp. Blandið saman ávöxtum, sykri og sítrónuberki. Þeytið eggið með 15 ml/1 msk af mjólk, bætið þurrefnunum út í og blandið saman í stíft deig, bætið við meiri mjólk ef þarf. Setjið litla hauga af blöndunni á smurða bökunarplötu og bakið í forhituðum ofni við 200°C/400°F/hitastillir 6 í 15-20 mínútur þar til þær eru gullnar.

Sykurlausar steinkökur

gera 12

75 g/3 oz/1/3 bolli smjör eða smjörlíki

175 g/6 oz/1¼ bolli heilhveiti (heilhveiti)

50 g/2 oz/½ bolli haframjöl

10 ml / 2 matskeiðar af lyftidufti

5 ml/1 tsk malaður kanill

100 g/4 oz/2/3 bolli rúsínur (gylltar rúsínur)

börkinn af 1 sítrónu

1 egg, létt þeytt

90ml/6 msk mjólk

Nuddaðu smjöri eða smjörlíki í hveiti, lyftiduft og kanil þar til blandan líkist brauðrasp. Blandið saman rúsínum og sítrónuberki. Bætið egginu og nægri mjólk út í til að blandan verði slétt. Setjið skeiðar í smurt form og bakið í forhituðum ofni við 200°C/400°F/hitastillir 6 í 15-20 mínútur þar til þær eru gullnar.

Saffran smákökur

gera 12

Klípa af möluðu saffran

75ml/5 msk sjóðandi vatn

75ml/5 msk kalt vatn

100g/4oz/½ bolli smjör eða smjörlíki, mildað

225g/8oz/1 bolli flórsykur (ofurfínn).

2 egg, létt þeytt

225 g/8 oz/2 bollar venjulegt hveiti (allur tilgangur)

10 ml / 2 matskeiðar af lyftidufti

2,5 ml/½ tsk salt

175 g/6 oz/1 bolli rúsínur (gylltar rúsínur)

175 g/6 oz/1 bolli saxaður blandaður afhýði (sykrað)

Leggið saffranið í bleyti í sjóðandi vatni í 30 mínútur, bætið síðan við köldu vatni. Þeytið smjörið eða smjörlíkið og sykurinn þar til það er orðið ljóst og ljóst og blandið síðan eggjunum smám saman út í. Blandið hveitinu saman við lyftiduftið og saltið og blandið síðan 50g/2oz/½ bolli af hveitiblöndunni saman við rúsínurnar og blandaða börkinn. Bætið hveitinu út í rjómablönduna til skiptis ásamt saffranvatninu og bætið ávöxtunum út í. Hellið í muffinsbolla (pappír) eða smurða og hveitistráða muffinsbolla og bakið í forhituðum ofni við 190°C/375°F/hitastillir 5 í um 15 mínútur þar til þær eru mjúkar að snerta.

rum baba

gera 8

100 g/4 oz/1 bolli sterkt hveiti (brauð)

5 ml/1 tsk þurrger létt blandað saman

Klípa af salti

45ml/3 msk heit mjólk

2 egg, létt þeytt

2 oz/¼ bolli/50 g smjör eða smjörlíki, brætt

25 g / 1 oz / 3 matskeiðar af rifsberjum

Fyrir sírópið:

250 ml/8 oz/1 bolli vatn

75 g/3 oz/1/3 bolli kornsykur

20 ml/4 tsk sítrónusafi

60ml/4 msk romm

Fyrir ísinn og skrautið:

60 ml/4 msk apríkósasulta (niðursoðin), sigtuð (síuð)

15 ml/1 matskeið af vatni

¼ bolli/2/3 bolli/150 ml þeyttur rjómi eða tvöfaldur rjómi (þungur)

4 gljáðum (sykruð) kirsuber, skorin í tvennt

Nokkrar sneiðar af hvönn, skornar í þríhyrninga

Blandið hveiti, lyftidufti og salti saman í skál og gerið holu í miðjunni. Blandið saman mjólk, eggjum og smjöri eða smjörlíki og þeytið síðan hveiti út í þar til það er slétt. Blandið rifsberjunum saman. Hellið deiginu í átta einstök kringlótt mót (túpuform) smurð og hveitistráð þannig að aðeins þriðjungur mótanna lyftist. Hyljið með olíuskinnum filmupappír (plastfilmu) og látið standa á heitum stað í 30 mínútur þar til deigið lyftist upp á yfirborð mótanna. Bakið í forhituðum ofni við 200°C/400°F/hitastillir 6 í 15 mínútur þar til þær eru gullnar. Hvolfið pönnunum og látið kólna í 10 mínútur, takið síðan kökurnar úr forminu og setjið þær á stóran, grunnan disk. Stingið í þær allar með gaffli.

Til að búa til sírópið, hitið vatnið, sykurinn og sítrónusafann við lágan hita og hrærið þar til sykurinn leysist upp. Hækkið hitann og látið suðuna koma upp. Takið af hellunni og hrærið romminu saman við. Hellið heitu sírópinu yfir kökurnar og látið liggja í bleyti í 40 mínútur.

Hitið hlaupið og vatnið við lágan hita þar til það hefur blandast vel saman. Penslið slímið og setjið á framreiðsludisk. Þeytið rjómann og pípuna í miðju hverrar köku. Skreytið með kirsuberjum og hvönn.

Svampkúlukökur

gera 24

5 eggjarauður

75g/3oz/1/3 bolli flórsykur (ofurfínn).

7 eggjahvítur

75 g/3 oz/¾ bolli maísmjöl (maissterkja)

50 g/2 oz/½ bolli venjulegt hveiti (allur tilgangur)

Þeytið eggjarauður með 15 ml/1 msk sykri þar til þær eru ljósar og þykkar. Þeytið eggjahvíturnar stífar og blandið svo restinni af sykrinum saman við þar til þær eru þykkar og gljáandi. Blandið maísmjölinu saman við með málmskeið. Brjótið helminginn af eggjarauðunum saman við eggjahvíturnar með málmskeiði og blandið svo hinum eggjarauðunum saman við. Blandið hveitinu mjög varlega saman við. Flyttu blönduna yfir í sprautupoka með venjulegum 2,5 cm stút (odd) og settu í vel dreift, kringlótt bökunarbollur í smurt og fóðrað mót (köku). Bakið í forhituðum ofni við 200°C/400°F/hitastillir 6 í 5 mínútur,

Súkkulaði sykurkökur

gera 12

5 eggjarauður

75g/3oz/1/3 bolli flórsykur (ofurfínn).

7 eggjahvítur

75 g/3 oz/¾ bolli maísmjöl (maissterkja)

50 g/2 oz/½ bolli venjulegt hveiti (allur tilgangur)

60 ml/4 msk apríkósasulta (niðursoðin), sigtuð (síuð)

30 ml/2 msk vatn

1 magn af bökuðu súkkulaðifrosti

150 ml/¼ pt/2/3 bolli þeyttur rjómi

Þeytið eggjarauður með 15 ml/1 msk sykri þar til þær eru ljósar og þykkar. Þeytið eggjahvíturnar stífar og blandið svo restinni af sykrinum saman við þar til þær eru þykkar og gljáandi. Blandið maísmjölinu saman við með málmskeið. Brjótið helminginn af eggjarauðunum saman við eggjahvíturnar með málmskeiði og blandið svo hinum eggjarauðunum saman við. Blandið hveitinu mjög varlega saman við. Flyttu blönduna yfir í sprautupoka með venjulegum 2,5 cm stút (odd) og settu í vel dreift, kringlótt bökunarbollur í smurt og fóðrað mót (köku). Bakið í forhituðum ofni við 200°C/400°F/hitastillir 6 í 5 mínútur, lækkaðu síðan ofnhitann í 180°C/350°F/hitastillir 4 í 10 mínútur til viðbótar þar til hann er tilbúinn. Flyttu yfir á vírgrind.

Sjóðið sultuna og vatnið þar til það er þykkt og vel blandað og penslið síðan ofan á kökurnar. Látið kólna. Dýfið sveppunum í súkkulaðigljáann og látið kólna. Þeytið rjómann þar til hann er stífur og síðan eru samlokukökurnar blandaðar saman við rjómann.

sumar snjóboltar

gera 24

100g/4oz/½ bolli smjör eða smjörlíki, mildað

100g/4oz/½ bolli flórsykur (ofurfínn).

5 ml/1 tsk vanillukjarna (þykkni)

2 egg, létt þeytt

225 g/8 oz/2 bollar sjálfhækkandi hveiti (sjálf lyftandi)

120ml/½ bolli mjólk

120 ml / 4 fl oz / ½ bolli tvöfaldur rjómi (þungur)

25g/1oz/3msk flórsykur (sælgæti) sigtaður

60 ml/4 msk apríkósasulta (niðursoðin), sigtuð (síuð)

30 ml/2 msk vatn

150 g/5oz/1¼ bolli þurrkuð kókoshneta (rifin)

Blandið smjöri eða smjörlíki og sykrinum saman þar til þau eru orðin ljós og ljós. Bætið vanilluþykkni og eggjum smám saman út í og bætið síðan hveitinu út í til skiptis ásamt mjólkinni. Hellið blöndunni í smurð muffinsform og bakið í forhituðum ofni við 180°C/350°F/hitastilli 4 í 15 mínútur þar til hún er vel blásin og fjaðrandi viðkomu. Færið yfir á vírgrind til að kólna. Skerið toppinn af muffinsunum.

Þeytið rjómann og flórsykurinn þar til hann er stífur, hellið svo smá á hverja muffins og setjið lokið á. Hitið sultuna með vatninu þar til hún hefur blandast saman, málið síðan toppinn á muffinsunum og stráið kókos yfir ríkulega.

Sveppir dropar

gera 12

3 egg, þeytt

100g/4oz/½ bolli flórsykur (ofurfínn).

2,5 ml/½ teskeið vanillukjarna (þykkni)

100g/4oz/1 bolli venjulegt hveiti (allur tilgangur)

5 ml/1 msk lyftiduft

100 g/4 oz/1/3 bolli hindberjasulta (niðursoðinn)

¼ pt/2/3 bolli/150 ml tvöfaldur (þungur) rjómi, þeyttur

Flórsykur, sigtaður, til að strá yfir

Setjið egg, flórsykur og vanilludrop í hitaþolna skál yfir pott með sjóðandi vatni og þeytið þar til blandan þykknar. Takið skálina úr pottinum og blandið hveiti og lyftidufti saman við. Setjið litlar skeiðar af blöndunni á smurða bökunarplötu og bakið í forhituðum ofni við 190°C/375°F/hitastillir 5 í 10 mínútur þar til þær eru gullnar. Færið yfir á vírgrind og látið kólna. Toppið dropana með sultu og rjóma og stráið flórsykri yfir til að bera fram.

Basic marengs

Gerðu 6-8

2 eggjahvítur

100g/4oz/½ bolli flórsykur (ofurfínn).

Þeytið eggjahvíturnar í hreinni, fitulausri skál þar til þær byrja að mynda mjúka toppa. Bætið helmingnum af sykrinum út í og þeytið áfram þar til blandan myndar stífa toppa. Hrærið létt saman afganginum af sykrinum með málmskeið. Klæðið bökunarplötu með bökunarpappír og setjið 6-8 marengsbunka á plötuna. Þurrkaðu marengsinn í ofni eins lágt og hægt er í 2-3 klst. Kælið á vírgrind.

Möndlu marengs

gera 12

2 eggjahvítur

100g/4oz/½ flórsykur (ofurfínn).

100g/4oz/1 bolli malaðar möndlur

Nokkrir dropar af möndluþykkni (útdráttur)

12 möndluhelmingar til að skreyta

Þeytið eggjahvíturnar kröftuglega. Bætið helmingnum af sykrinum út í og þeytið áfram þar til blandan myndar stífa toppa. Bætið restinni af sykrinum, möluðu möndlunum og kjarna möndlanna saman við. Skiptið blöndunni í 12 hringi í smurt og klætt bökunarform og setjið helming af möndlu í hvern. Bakið í forhituðum ofni við 130°C/250°F/hitastilli ½ í 2-3 klukkustundir þar til þær verða stökkar.

Spænskar smákökur með marengs og möndlum

gera 16

225g/8oz/1 bolli flórsykur

225g/8oz/2 bollar malaðar möndlur

1 eggjahvíta

100g/4oz/1 bolli heilar möndlur

Þeytið sykur, malaðar möndlur og eggjahvítur í slétt deig. Mótið kúlu og fletjið deigið út með kökukefli. Skerið í litlar sneiðar og setjið í smurt form. Þrýstið heilri möndlu í miðjuna á hverju kex (köku). Bakið í forhituðum ofni við 160°C/325°F/hitastilli 3 í 15 mínútur.

Sætar marengskörfur

gera 6

4 eggjahvítur

8–9 únsur/225–250 g/11/3–1½ bollar flórsykur (sælgæti), sigtaður

Nokkrir dropar af vanilluþykkni (þykkni)

Þeytið eggjahvíturnar í hreinni, fitulausri, hitaþéttri skál þar til þær verða loftkenndar, þeytið síðan flórsykrinum smám saman út í og síðan vanillukjarna. Setjið skálina yfir pönnu með léttsjóðandi vatni og þeytið þar til marengsinn heldur lögun sinni og skilur eftir sig þykkan slóð þegar þeytaranum er lyft. Klæðið bökunarplötu (köku) með bökunarpappír og teiknið sex 7,5 cm/3 hringi á pappírinn. Notið helminginn af marengsblöndunni og pípið lag af marengs inn í hvern hring. Setjið afganginn í sætabrauðspoka og setjið tvö lög af marengs utan um brún hvers botns. Þurrkaðu í forhituðum ofni við 150°C/300°F/hitastillir 2 í um 45 mínútur.

Möndluflögur

gera 10

2 eggjahvítur

100g/4oz/½ bolli flórsykur (ofurfínn).

75 g/3 oz/¾ bolli malaðar möndlur

25g/1oz/2msk smjör eða smjörlíki, mildað

1/3 bolli/2 oz/50 g sykur (sælgæti) sigtaður

10 ml/2 tsk kakóduft (ósykrað súkkulaði).

50 g/2 oz/½ bolli venjulegt (hálfsætt) súkkulaði, brætt

Þeytið eggjahvíturnar þar til stífir toppar myndast. Bætið kornsykrinum smám saman út í. Blandið möndlunum saman við. Notaðu ½"/1 cm stút (odd), dreifðu blöndunni í 2"/5 cm lengdir á létt smurða bökunarplötu. Bakið í forhituðum ofni við 140°C/275°F/hitastillir 1 í 1 klst til 1h30. Látið kólna.

Blandið saman smjöri eða smjörlíki, flórsykri og kakói. Smurðu nokkrar smákökur (kex) með fyllingunni. Bræðið súkkulaðið í hitaþolinni skál yfir potti með varlega sjóðandi vatni. Dýfið oddunum af marengsnum í súkkulaðið og látið kólna á rist.

Spænskur möndlu- og sítrónumarengs

gera 30

150 g/5oz/1¼ bollar hvítaðar möndlur

2 eggjahvítur

Rifinn börkur af hálfri sítrónu

200g/7oz/lite 1 bolli flórsykur (ofurfínn).

10 ml/2 tsk sítrónusafi

Ristið möndlurnar í ofni sem er forhitaður í 150°C/300°F/hitastillir 2 í um það bil 30 mínútur þar til þær eru gullnar og ilmandi. Saxið þriðjung af valhnetunum gróft og malið afganginn smátt.

Þeytið eggjahvíturnar kröftuglega. Hrærið sítrónuberknum og tveimur þriðju af sykrinum saman við. Bætið sítrónusafanum út í og þeytið þar til það er stíft og gljáandi. Bætið restinni af sykrinum og möluðum möndlum saman við. Blandið söxuðum möndlunum saman við. Setjið marengsbollana á smurða, álpappírsklædda ofnplötu og setjið inn í forhitaðan ofn. Lækkið ofnhitann strax í 110°C/225°F/hitastillir ¼ og bakið í um það bil 1 klukkustund og 30 mínútur þar til hann er þurr.

Súkkulaðihúðaður marengs

gera 4

2 eggjahvítur

100g/4oz/½ bolli flórsykur (ofurfínn).

100 g/4 oz/1 bolli venjulegt súkkulaði (hálfsætt)

¼ pt/2/3 bolli/150 ml tvöfaldur (þungur) rjómi, þeyttur

Þeytið eggjahvíturnar í hreinni, fitulausri skál þar til þær byrja að mynda mjúka toppa. Bætið helmingnum af sykrinum út í og þeytið áfram þar til blandan myndar stífa toppa. Hrærið létt saman afganginum af sykrinum með málmskeið. Klæðið bökunarplötu (köku) með bökunarpappír og setjið átta stafla af marengs á plötuna. Þurrkaðu marengsinn í ofni eins lágt og hægt er í 2-3 klst. Kælið á vírgrind.

Bræðið súkkulaðið í hitaþolinni skál yfir potti með varlega sjóðandi vatni. Látið kólna aðeins. Dýfðu fjórum marengs varlega í súkkulaðið til að hjúpa að utan. Látið vera á smjörpappír (vaxið) þar til það er stíft. Smyrjið einum súkkulaðihjúpuðum marengs og einum venjulegum marengs með rjóma, endurtakið síðan með marengsinum sem eftir er.

Súkkulaði og myntu marengs

gera 18

3 eggjahvítur

100g/4oz/½ bolli flórsykur (ofurfínn).

75g/3oz/¾ bolli saxað súkkulaðihjúpuð mynta

Þeytið eggjahvíturnar kröftuglega. Bætið sykrinum smám saman út í þar til eggjahvíturnar eru orðnar stífar og gljáandi. Hakkað mynta er komin aftur. Setjið litlar skeiðar af blöndunni í smurða og klædda bökunarplötu og bakið í ofni sem er forhitaður í 140°C/275°F/hitastillir 1 í 1½ klukkustund þar til hún er þurr.

Súkkulaðibitar og valhnetumarengs

gera 12

2 eggjahvítur

175 g/6oz/¾ bolli flórsykur (ofurfínn).

50g/2oz/½ bolli súkkulaðiflögur

1 oz/¼ bolli valhnetur, smátt saxaðar

Hitið ofninn í 190°C/375°F/hitastillir 5. Þeytið eggjahvíturnar þar til þær mynda mjúka toppa. Bætið sykrinum smám saman út í og þeytið þar til blandan myndar stífa toppa. Blandið súkkulaðibitum og hnetum saman. Setjið skeiðar af blöndunni á smjörpappír og setjið inn í ofn. Slökkvið á ofninum og látið kólna.

Heslihnetumarengs

gera 12

100g/4oz/1 bolli heslihnetur

2 eggjahvítur

100g/4oz/½ bolli flórsykur (ofurfínn).

Nokkrir dropar af vanilluþykkni (þykkni)

Geymið 12 valhnetur til skrauts og myljið afganginn. Þeytið eggjahvíturnar kröftuglega. Bætið helmingnum af sykrinum út í og þeytið áfram þar til blandan myndar stífa toppa. Bætið restinni af sykrinum, heslihnetudufti og vanilludropum saman við. Skiptið blöndunni í 12 hringi í smurðu og fóðruðu ofnformi (köku) og setjið frátekna valhnetu í hvern. Bakið í forhituðum ofni við 130°C/250°F/hitastilli ½ í 2-3 klukkustundir þar til þær verða stökkar.

Valhnetu marengs lagkaka

Bakaðu 9"/23 cm köku

Fyrir kökuna:

2 oz/¼ bolli/50 g smjör eða smjörlíki, mildað

150g/5oz/2/3 bolli flórsykur (ofurfínn).

4 egg, aðskilin

100g/4oz/1 bolli venjulegt hveiti (allur tilgangur)

10 ml / 2 matskeiðar af lyftidufti

Klípa af salti

60ml/4 msk mjólk

5 ml/1 tsk vanillukjarna (þykkni)

2 oz/½ bolli/50 g pekanhnetur, smátt saxaðar

Fyrir sætabrauðskremið:

250 ml/8 oz/1 bolli mjólk

50g/2oz/¼ bolli flórsykur (ofurfínn).

50 g/2 oz/½ bolli venjulegt hveiti (allur tilgangur)

1 egg

Klípa af salti

120 ml / 4 fl oz / ½ bolli tvöfaldur rjómi (þungur)

Til að gera kökuna, þeytið smjörið eða smjörlíkið með ½ bolli/100 g af sykri þar til það er létt og ljóst. Bætið eggjarauðunum út í smátt og smátt, bætið svo hveiti, lyftidufti og salti út í, til skiptis með mjólkinni og vanilludropunum. Hellið í tvö smurð og fóðruð mót (mót) 23 cm í þvermál og sléttið yfirborðið. Þeytið eggjahvíturnar þar til þær eru stífar, blandið síðan afganginum af sykrinum út í og þeytið aftur þar til þær eru stífar og gljáandi. Dreifið yfir kökublönduna og stráið valhnetum yfir. Bakið í forhituðum ofni við 150°C/300°F/hitastillir 3 í 45 mínútur þar til marengsinn er þurr. Færið yfir á vírgrind til að kólna.

Til að búa til sætabrauðskremið skaltu blanda hluta af mjólkinni saman við sykur og hveiti. Hitið afganginn af mjólkinni að suðu í potti, hellið sykurblöndunni yfir og þeytið þar til það hefur blandast saman. Hellið mjólkinni aftur á þvegið pönnuna og látið suðuna koma upp, hrærið stöðugt í, látið malla, hrærið, þar til það þykknar. Takið af hellunni og blandið egginu og salti saman og látið kólna aðeins. Þeytið rjómann þar til hann er stífur og blandið svo saman við blönduna. Látið kólna. Mála kökurnar með sætabrauðskreminu.

Makkarónusneiðar með heslihnetum

gera 20

175 g/6 oz/1½ bolli heslihnetur, afhýddar

3 eggjahvítur

225g/8oz/1 bolli flórsykur (ofurfínn).

5 ml/1 tsk vanillukjarna (þykkni)

5 ml/1 tsk malaður kanill

5 ml/1 msk rifinn sítrónubörkur

hrísgrjónapappír

Saxið 12 af heslihnetunum gróft, blandið svo restinni saman við þar til þær eru fínmölaðar. Þeytið eggjahvíturnar ljósar og loftkenndar. Bætið sykrinum smám saman út í og þeytið áfram þar til blandan myndar stífa toppa. Bætið heslihnetunum, vanilluþykkni, kanil og sítrónuberki út í. Setjið hrúgafullar teskeiðar á ofnplötu klædda hrísgrjónapappír (köku) og fletjið út í þunnar ræmur. Látið hefast í 1 klst. Bakið í forhituðum ofni við 180°C/350°F/hitastilli 4 í 12 mínútur þar til það er stíft viðkomu.

Lag af marengs og valhnetum

Bakið 10 tommu/25 cm kökuform

100g/4oz/½ bolli smjör eða smjörlíki, mildað

400g/14oz/1¾ bolli flórsykur (ofurfínn).

3 eggjarauður

100g/4oz/1 bolli venjulegt hveiti (allur tilgangur)

10 ml / 2 matskeiðar af lyftidufti

120ml/½ bolli mjólk

100 g/4 oz/1 bolli valhnetur

4 eggjahvítur

8 fl oz / 1 bolli tvöfaldur rjómi (þungur)

5 ml/1 tsk vanillukjarna (þykkni)

Kakóduft (ósykrað súkkulaði) til að strá yfir

Þeytið smjör eða smjörlíki og 75 g sykur þar til létt og ljóst. Við bætum smátt og smátt eggjarauðunum út í og blandum hveiti og ger saman við til skiptis við mjólkina. Skiptið deiginu í tvennt smurt og hveitistráð 25 cm/10 (mót). Geymið nokkra valhnetuhelminga til skrauts, saxið afganginn smátt og stráið yfir kökurnar. Þeytið eggjahvíturnar þar til þær eru stífar, bætið svo afganginum af sykrinum út í og þeytið aftur þar til þær eru þykkar og gljáandi. Dreifið yfir kökurnar og bakið í forhituðum ofni við 180°C/350°F/hitastillir 4 í 25 mínútur, hyljið kökuna með bökunarpappír undir lok bökunar ef marengsinn fer að brúnast of mikið. Látið kólna í formunum,

Blandið rjómanum og vanilluþykkni saman þar til það er stíft. Smyrjið kökunum með marengshliðinni upp með helmingnum af rjómanum og dreifið restinni ofan á. Skreytið með fráteknum valhnetum og stráið sigtuðu kakói yfir.

marengsfjöll

gera 6

2 eggjahvítur

100g/4oz/½ bolli flórsykur (ofurfínn).

¼ pt/2/3 bolli/150 ml tvöfaldur rjómi (þungur).

12 oz/350 g sneið jarðarber

25 g/1 oz/¼ bolli venjulegt (hálfsætt) súkkulaði, rifið

Þeytið eggjahvíturnar kröftuglega. Bætið helmingnum af sykrinum út í og þeytið þar til það er þykkt og gljáandi. Blandið afganginum af sykrinum saman við. Smyrjið sex hringi af marengs á bökunarpappír í pönnu. Bakið í forhituðum ofni við 140°C/275°F/hitastillir 1 í 45 mínútur þar til þær eru létt gylltar og stökkar. Innréttingin verður áfram frekar mjúk. Takið af pönnunni og látið kólna á grind.

Þeytið rjómann þar til hann er stífur. Hrærið eða hellið helmingnum af rjómanum yfir marengshringina, skreytið með ávöxtum og skreytið svo með restinni af rjómanum. Stráið rifnu súkkulaði ofan á.

Marengs með hindberjakremi

Fyrir 6 manns

2 eggjahvítur

100g/4oz/½ bolli flórsykur (ofurfínn).

¼ pt/2/3 bolli/150 ml tvöfaldur rjómi (þungur).

30ml/2 msk flórsykur (sælgæti).

225g/8oz hindber

Þeytið eggjahvíturnar í hreinni, fitulausri skál þar til þær byrja að mynda mjúka toppa. Bætið helmingnum af sykrinum út í og þeytið áfram þar til blandan myndar stífa toppa. Hrærið létt saman afganginum af sykrinum með málmskeið. Klæðið bökunarplötu með bökunarpappír og smyrjið litlum marengshringjum á plötuna. Þurrkaðu marengsinn í ofni eins lágt og hægt er í 2 klst. Kælið á vírgrind.

Þeytið rjómann með flórsykrinum þar til hann er stífur og blandið síðan hindberjunum saman við. Notaðu það til að stafla marengspörum og settu á framreiðsludisk.

Ratafia kökur

gera 16

3 eggjahvítur

100g/4oz/1 bolli malaðar möndlur

225g/8oz/1 bolli flórsykur (ofurfínn).

Þeytið eggjahvíturnar kröftuglega. Bætið möndlunum og helmingnum af sykrinum út í og þeytið aftur þar til það er stíft. Blandið afganginum af sykrinum saman við. Setjið litlu hringin á smurða og klædda ofnplötu og bakið í forhituðum ofni við 150°C/300°F/hitastillir 2 í 50 mínútur þar til þær eru þurrar og stökkar í kringum brúnirnar.

Vacherin karamellu

Bakaðu 9"/23 cm köku

4 eggjahvítur

225g/8oz/1 bolli sætur púðursykur

50 g/2 oz/½ bolli saxaðar heslihnetur

½ pkt/1¼ bollar/300 ml tvöfaldur rjómi (þykkur)

Nokkrar heilar heslihnetur til að skreyta

Þeytið eggjahvíturnar þar til þær mynda mjúka toppa. Þeytið sykurinn smám saman út í þar til hann er stífur og gljáandi. Pípið marengsinn í sprautupoka með venjulegum 1 cm odd (odd) og dreifið tveimur 23cm marengsspírölum á smurt og klætt form (köku). Stráið 15 ml/1 msk hakkuðum valhnetum yfir og bakið í forhituðum ofni við 120°C/250°F/hitastillir ½ í 2 klukkustundir þar til þær eru stökkar. Færið yfir á vírgrind til að kólna.

Þeytið rjómann þar til hann er stífur, hrærið síðan hnetunum sem eftir eru saman við. Notaðu megnið af rjómanum til að setja saman marengsbotnana, skreytið svo með restinni af rjómanum og skreytið með heilum heslihnetum.

Einfaldar bollur

gera 10

225 g/8 oz/2 bollar venjulegt hveiti (allur tilgangur)

Klípa af salti

2,5ml/½ tsk matarsódi (lyftiduft)

5 ml/1 msk rjómi af vínsteini

2 oz/50 g/¼ bolli smjör eða smjörlíki, skorið í teninga

30ml/2 msk mjólk

30 ml/2 msk vatn

Blandið saman hveiti, salti, matarsóda og vínsteinsrjóma. Nuddið með smjöri eða smjörlíki. Bætið mjólkinni og vatni rólega út í þar til slétt deig myndast. Hnoðið hratt á hveitistráðu vinnuborði þar til það er slétt, fletjið síðan út í 1½ cm þykkt og skerið í 5cm/2 sneiðar með kökuformi. Setjið skonsurnar (kexurnar) á smurða bökunarplötu og bakið í ofni sem er forhitaður í 230°C/450°F/hitastillir 8 í um það bil 10 mínútur þar til þær eru vel útblásnar og gullnar.

Ríkar eggjaskósur

gera 12

2 oz/¼ bolli/50 g smjör eða smjörlíki

225 g/8 oz/2 bollar sjálfhækkandi hveiti (sjálf lyftandi)

10 ml / 2 matskeiðar af lyftidufti

25g/1oz/2msk flórsykur (ofurfínn).

1 egg, létt þeytt

100ml/3½ fl oz/6½ msk mjólk

Nuddaðu smjöri eða smjörlíki í hveiti og lyftiduft. Blandið sykrinum saman við. Blandið egginu og mjólkinni þar til slétt deig myndast. Hnoðið létt á hveitistráðu vinnuborði, fletjið síðan út í um það bil ½/1cm þykkt og skerið í 2/5cm hringi með kökuformi. Rúllið upp fyllingunni og skerið. Settu skonsurnar (kexurnar) á smurða bökunarplötu og bakaðu í forhituðum ofni við 230°C/450°F/hitastillir 8 í 10 mínútur eða þar til þær eru gullnar.

eplaskósur

gera 12

225 g/8 oz/2 bollar heilhveiti (heilhveiti).

20ml/1½ msk lyftiduft

Klípa af salti

2 oz/¼ bolli/50 g smjör eða smjörlíki

30ml/2 msk rifið soðið epli

1 egg, þeytt

150 ml/¼ pt/2/3 bolli mjólk

Blandið saman hveiti, lyftidufti og salti. Nuddaðu smjörinu eða smjörlíkinu út í og hrærðu síðan eplinum út í. Blandið egginu og nægri mjólk smám saman út í til að mynda slétt deig. Fletjið út á létt hveitistráðu yfirborði í um það bil 5 cm/2 þykkt og skerið í hringi með kökuformi. Setjið skonsurnar (kexurnar) á smurða ofnplötu og penslið með egginu sem eftir er. Bakið í forhituðum ofni við 200°C/400°F/hitastillir 6 í 12 mínútur þar til þær eru létt gylltar.

epla- og kókosbollur

gera 12

2 oz/¼ bolli/50 g smjör eða smjörlíki

225 g/8 oz/2 bollar sjálfhækkandi hveiti (sjálf lyftandi)

25g/1oz/2msk flórsykur (ofurfínn).

30ml/2 msk þurrkuð kókos (rifin)

1 epli (eftirréttur), afhýddur, kjarnhreinsaður og skorinn í bita

¼ pt/2/3 bolli/150 ml hrein jógúrt

30ml/2 msk mjólk

Nuddaðu smjörinu eða smjörlíkinu í hveitið. Bætið við sykri, kókos og eplum, blandið síðan jógúrtinni saman í slétt deig, bætið við smá mjólk ef þarf. Fletjið út á létt hveitistráðu yfirborði í um það bil 1/2 cm þykkt og skerið í hringi með kökuformi. Setjið skonsurnar (kexurnar) á smurða bökunarplötu og bakið í ofni sem er forhitaður í 220°C/425°F/hitastillir 7 í 10-15 mínútur þar til þær eru orðnar vel útblásnar og gullnar.

Epli og döðluskonur

gera 12

2 oz/¼ bolli/50 g smjör eða smjörlíki

225 g/8 oz/2 bollar venjulegt hveiti (allur tilgangur)

5 ml/1 tsk blandað krydd (eplabaka)

5 ml/1 msk rjómi af vínsteini

2,5ml/½ tsk matarsódi (lyftiduft)

25g/1oz/2msk sætur púðursykur

1 lítið (tert) epli, soðið, afhýtt, kjarnhreinsað og skorið í bita

2 únsur / 1/3 bolli döðlur (pittaðar), saxaðar

45ml/3 msk mjólk

Nuddaðu smjörinu eða smjörlíkinu inn í hveitið, kryddblönduna, vínsteinsrjómann og matarsódan. Blandið saman sykri, eplum og döðlum, bætið svo mjólkinni saman við og blandið saman í slétt deig. Hnoðið létt, fletjið síðan út á hveitistráðu yfirborði í þykkt 2,5 cm/1 og skerið í blöð með kökuformi. Setjið skonsurnar (kexurnar) á smurða bökunarplötu og bakið í forhituðum ofni við 220°C/425°F/hitastillir 7 í 12 mínútur þar til þær eru gullnar.

Byggskonur

gera 12

175 g/6oz/1½ bolli bygghveiti

50 g/2 oz/½ bolli venjulegt hveiti (allur tilgangur)

Klípa af salti

2,5ml/½ tsk matarsódi (lyftiduft)

2,5ml/½ tsk rjómi af vínsteini

25 g/1 oz/2 msk smjör eða smjörlíki

25g/1oz/2msk sætur púðursykur

100ml/3½ fl oz/6½ msk mjólk

Eggjarauða til sleikju

Blandið saman hveiti, salti, matarsóda og vínsteinsrjóma. Nuddaðu smjörinu eða smjörlíkinu út í þar til blandan líkist brauðrasp, blandaðu síðan sykrinum og nægri mjólk út í til að deigið verði slétt. Fletjið út á létt hveitistráðu yfirborði í ¾/2 cm þykkt og skerið í hringi með kökuformi. Setjið bollurnar (kex) á smurt ofn (köku) og penslið með eggjarauðu. Bakið í forhituðum ofni við 220°C/425°F/hitastillir 7 í 10 mínútur þar til þær eru gullnar.

Date Scones

gera 12

225 g/8 oz/2 bollar heilhveiti (heilhveiti).

2,5ml/½ tsk matarsódi (lyftiduft)

2,5ml/½ tsk rjómi af vínsteini

2,5 ml/½ tsk salt

40 g/1½ oz/3 msk smjör eða smjörlíki

15 ml/1 msk flórsykur (ofurfínn).

2/3 bolli / 4 únsur / 100 g döðlur, saxaðar

Um það bil 100 ml/6½ msk smjör

Blandið saman hveiti, matarsóda, vínsteinsrjóma og salti. Nuddið smjöri eða smjörlíki út í, blandið síðan sykri og döðlum saman við og gerið holu í miðjunni. Blandið smám saman nægri súrmjólk út í til að fá slétt deig. Dreifið því í þykkt lag og skerið í þríhyrninga. Setjið skonsurnar (kexurnar) á smurða bökunarplötu og bakið í forhituðum ofni við 230°C/450°F/hitastillir 8 í 20 mínútur þar til þær eru gullnar.

Herb skonsur

gera 8

175 g/6 oz/¾ bolli smjör eða smjörlíki

225 g/8 oz/2 bollar alhliða hveiti (brauð)

15 ml / 1 msk lyftiduft

Klípa af salti

5ml/1 tsk púðursykur

30ml/2msk blandaðar þurrkaðar kryddjurtir

60ml/4 msk mjólk eða vatn

Þurrkaðu mjólkina

Nuddaðu smjörinu eða smjörlíkinu í hveitið, lyftiduftið og saltið þar til blandan líkist brauðrasp. Blandið saman sykrinum og kryddjurtunum. Bætið við nægri mjólk eða vatni til að gera mjúkt deig. Fletjið út á létt hveitistráðu yfirborði í um ¾/2 cm þykkt og skerið í hringi með kökuformi. Setjið bollurnar (kexurnar) á smurða ofnplötu og penslið með mjólk. Bakið í forhituðum ofni við 200°C/400°F/hitastillir 6 í 10 mínútur þar til þær eru orðnar vel útblásnar og gullnar.

www.ingramcontent.com/pod-product-compliance
Lightning Source LLC
LaVergne TN
LVHW010922061026
849535LV00007B/2186
* 9 7 8 1 8 3 5 7 9 3 3 6 7 *